பொய் + அபத்தம் → உண்மை

ராஜ் கௌதமன்

நியூ செஞ்சுரி புக் ஹவுஸ் (பி) லிட்.,
41-பி, சிட்கோ இண்டஸ்டிரியல் எஸ்டேட்,
அம்பத்தூர், சென்னை - 600 098.
☎: 044 - 26251968, 26258410, 48601884

Language: Tamil
Poi + Abatham → Unmai
Author: **Raj Gauthaman**
N.C.B.H. First Edition: December, 2018
Second Edition: November, 2024
Copyright: Author
No.of Pages: 108
Publisher:
New Century Book House Pvt., Ltd.,
41-B, SIDCO Industrial Estate,
Ambattur, Chennai - 600 050.
Tamilnadu State, India.
email: info@ncbh.in
Online: www.ncbhpublisher.in

ISBN. 978 - 93 - 8805 - 074 - 6
Code No. A 4029
₹ **90.00**

Branches
Ambattur 044 - 26359906 **Spenzer Plaza (Chennai)** 044-28490027
Trichy 0431-2700885 **Pudukkottai** 04322- 227773 **Thanjavur** 04362-231371
Tirunelveli 0462-4210990, 2323990 **Madurai** 0452 2344106, 4374106
Dindigul 0451-2432172 **Coimbatore** 0422-2380554 **Erode** 0424-2256667
Salem 0427-2450817 **Hosur** 04344-245726 **Krishnagiri** 04343-234387
Ooty 0423 2441743 Vellore 0416-2234495 **Villupuram** 04146-227800
Pondicherry 0413-2280101 **Nagercoil** 04652-234990

பொய் + அபத்தம் → உண்மை
ஆசிரியர்: ராஜ் கௌதமன்
என்.சி.பி.எச். முதல் பதிப்பு: டிசம்பர், 2018
இரண்டாம் பதிப்பு: நவம்பர், 2024

அச்சிட்டோர்: **பாவை பிரிண்டர்ஸ் (பி) லிட்.,**
16 (142), ஜானி ஜான் கான் சாலை, இராயப்பேட்டை, சென்னை - 14
☎: 044-28482441

All rights reserved. No part of this book may be reprinted or reproduced or utilised in any form or by any electronic, mechanical, or other means, now known or hereafter invented, including photocopying and recording, or in any information storage or retrieval system, without permission in writing from the publishers.

பொருளடக்கம்

என்னுரை — 5

1. தமிழில் அறநெறியும் உடைமைச் சமூக உருவாக்கமும் — 7
2. தமிழ்க் கதைகளில் தலித்தியம் — 23
3. ஒளி வட்டங்கள் தேவை இல்லை — 52
4. புதுமைப்பித்தன் என்னும் பிரம்மராக்ஷஸ் — 59
5. கி.ரா. என்ற கதை சொல்லியும் கதைசொல்லியின் அரசியலும் — 66
6. 'கோவேறு கழுதைகளும்', மேதைகளும் — 84
7. திராவிட இலக்கியம்: கலகக்கூறுகளும், உலகப்பார்வையும் — 92

என்னுரை

'பொய்+அபத்தம் → உண்மை' என்ற தலைப்பில் தொகுத்து வெளியிடப்படுகிற இக்கட்டுரைகள் அண்ணல் அம்பேத்கரின் நூற்றாண்டு விழாவிற்குப் பின்னர் எழுதி, 'கோடாங்கி', 'ஊடகம்', 'கவிதாசரண்', 'நிறப்பிரிகை', 'இந்தியா டுடே' இதழ்களில் வெளியிடப் பட்டவை. சில இத்தொகுப்பில் முதன் முறையாக அச்சேறுகின்றன. இந்த இதழ்களுக்கு என் நன்றி.

இக்கட்டுரைகள் தலித்திய நோக்கில் எழுத முயலப்பட்டவை. இந்த நோக்கத்திற்கு மிகவும் பொருத்தமாக அமைந்துள்ளன அமைப்பியல் மற்றும் அமைப்பியலுக்கு அடுத்து எழுந்த சிந்தனைகள். குறிப்பாக பின்-நவீனத்துவ சிந்தனைகள், ஒரு பிரதி, மொழியாலும், கருத்தியலாலும், தன்னிலையாலும் (Subject) தீர்மானிக்கப்படுவதாக அறுதியிட்டுச் சொன்ன விசயங்கள், தலித்துகளுக்குச் சாதகமாக இருப்பதை இக்கட்டுரைகள் புலப்படுத்தக்கூடும். மையம் இன்மை, அனைத்துக்குமான ஒற்றைத் தீர்வில்லை. பொது ஒழுங்குச் சட்டகம் என்பதே ஒடுக்குவதுதான், எல்லாக் காலத்துக்கும், இடத்துக்கும் பொருந்தக்கூடிய ஒப்பற்ற ஒரே உண்மை என்று ஏதும் இல்லை. முறை மீறலே முறை, துரோகம் புரிவதே விசுவாசமாக நடப்பது, ஒப்பீட்டுத் தன்மையே ஒப்பற்ற தன்மை, பொய்யை அபத்தமாக்கினால் கிடைப்பதே உண்மை முதலான கருத்துகள், விளிம்பு நிலைக்கு விலக்கப்பட்ட, வரலாற்றின் குப்பைகளாக எறியப்பட்ட மக்களுக்கு உற்சாகத்தை அளிக்கின்றன.

இத்தொகுப்பிலுள்ள கட்டுரைகள் மேற்குறித்த உற்சாகத்தால் எழுதப்பட்டவை. இன்று தலித் போராட்டங்கள் எழுச்சி பெற்றுத் தலித் கருத்துகள் பல வண்ணங்களில் பரவிவருகின்றன. அதிகாரத்தால் அடிப்பட்டவர்கள் இன்று அதிகாரத்தை ருசித்திடத் துடிக்கின்றனர். சூழலும் வாய்ப்பாக இருக்கிறது. ஆனால் தலித் விடுதலை என்பது அடிப்படையில் அதிகாரத்தை நொறுக்குவதாகும். எனவே தலித்துகள் அதிகாரத்துக்கு ஏங்கி அதைப் பிடித்தாலும், அந்த அதிகாரத்தையும் நொறுக்குவதாகவே தலித்திய அரசியல் இருக்கும்.

இத்தொகுப்பிலுள்ள கட்டுரைகள் இத்தகைய பரந்துபட்ட நோக்கத்தைக் கொண்டெழுதப்பட்டவை. அறுதியான உண்மைகளைக்

கண்டெடுத்து வருகின்ற விதவிதமான அதிகாரங்களை நிர்மூலமாக்குவதில்தான் சுதந்திரம் உண்டு என்பதை உணர வேண்டும். பெரும்பாலான உழைக்கும் மக்களை, தலித்துகளாக்கிய இந்த உடைமைப் பண்பாட்டை, இது பீத்துகின்ற அறம், ஒழுக்கம், நேர்மை, உண்மை முதலானவற்றை நார் நாராக உரிப்பதே தலித் கடமை. அறுதியாக நிற்கப் போகின்றவை அநேக உண்மைகளும், அவற்றுக்குரிய மனிதர்களுமே.

இந்தக் கட்டுரைத் தொகுப்பை நூலாக வெளியிட முன் வந்த விளிம்பு டிரஸ்ட் நண்பர்களுக்கு என் அன்பு கலந்த நன்றியைச் சொல்லிக் கொள்ளுகிறேன். தற்போது, இது என்.சி.பி.எச். முதல் பதிப்பாக வெளிவருகிறது.

இக்கட்டுரைகளை எழுதுவதற்கான சூழ்நிலையையும், மனநிலையையும் ஏற்படுத்திக் கொடுத்த என் துணைவி முனைவர் க. பரிமளம் அவர்களுக்கு என் அன்பு.

புதுச்சேரி-8 **ராஜ் கௌதமன்**
12.11.95 *திருநெல்வேலி - 11*

1. தமிழ் அறநெறியும் உடைமைச் சமூக உருவாக்கமும்

தமிழ்ச் சமுதாயத்தில் சுமார் ஆயிரத்து எண்ணூறு ஆண்டுகளுக்கு முந்தைய ஐந்நூறு ஆண்டுக் காலத்தில் இனக் குழுச் சமூக நாகரிகத்திலிருந்து, முடியுடை வேந்தர்களின் உடைமைச் சமூக நாகரிகம் உருவாக்கம் பெற்றுள்ளது. இது எவ்வாறு நடைபெற்றது என்பதை அறிவதற்கு அக்காலத்தில் அரசவைகளில் புலவர்கள் பாடிய அக, புறப் பாடல்கள் உதவுகின்றன. இவற்றை எட்டுத் தொகை, பத்துப்பாட்டு என்று வகைப்படுத்திப் பதினெண்மேற்கணக்கு எனப் பதினெட்டு நூல்களாகத் தொகைப் படுத்தியுள்ளார்கள். இப்படிப் பாடல்களைத் தொகுத்தவர்கள் செய்துள்ள வில்லங்கத்தனங்களை இக்கட்டுரை பெரிதுபடுத்தப்போவதில்லை.

இந்தப் பதினெட்டு நூல்களிலும் பெயர் சொல்லப்படாத தலைவன், தலைவியரின் களவு கற்பு என்ற பாலியல் ஒழுக்கமும், பெயர் சொல்லப்பட்ட அரசர், வள்ளல், தலைவர்களின் சமூக அரசியல் ஒழுக்கமும் புனைந்து பாடப்பட்டுள்ளன. இதோடு மட்டுமின்றி, கி.பி. மூன்றாம் நூற்றாண்டு முதல் ஒன்பதாம் நூற்றாண்டு வரை தோன்றிய நீதிப் பாடல்களில் தொகுத்துரைக்கப்பட்ட அறநெறிக் கருத்துக்களும் பரவலாகக் காணப்படுகின்றன. இன்னும் சற்று மிகைபடச் சொல்லுவதென்றால், நீதிநூல்களான திருக்குறள், நாலடியார், பழமொழி நானூறு' ஆகியவற்றில் தொகுத்துக் கூறப்பட்ட பல நீதிக் கருத்துக்களும், பழமொழிகளும் மேற்கூறிய அக, புறப்பாடல்களில் விரவிக் காணப் படுகின்றன எனலாம். 'அறம் பாடின்றே' (புற. 34) என்ற அறம் பற்றிப் பேசிய அறநூல்கள் குறித்த தகவலும் காணப்படுகிறது. வடக்கில் தரும சாஸ்திரங்கள் இருந்ததைப் போல, பதினெண்மேற்கணக்குப் பாடல்கள் தோன்றிச் சங்ககாலத் தமிழகத்தில் அறநூல்கள் இயற்றப்பட்டிருக்க வேண்டும் என்று ஊகிப்பதற்கு இடம் உண்டு (இப்படித் தோன்றிய அறநூல்தான் திருக்குறள் என்று கூறுபவர்கள் இருக்கிறார்கள். ஆனால் அப்படி இல்லை. நீதி நூல்களிலேயெ செறிவும், செம்மையும், தெளிவும், நிறைவும் கொண்ட ஒரே நூல் திருக்குறளாகும். இத்தகைய பண்புகளைத் தொடக்ககால முன்னோடி நீதிநூல்களில் காண இயலாது. இந்த முன்னோடி நூல்களில் கண்ட குறைபாடுகள் அற்றதாகத் திருக்குறள் பிற்காலத்தில்தான் தோன்ற முடியும்).

சங்க அக, புறப்பாடல்களில் வேந்தர், சான்றோர், வணிகர், அமைச்சர், அவையோர், அரச அதிகாரிகள் முதலான உடைமை சார்ந்த ஆதிக்கப் பகுதி ஆண்களுக்கான அறநெறிகளும், பண்புகளும், நடத்தைகளும் வலியுறுத்தப்பட்டன. மேலும், இல்லறம், துறவறம், நிலையாமை, வினைக்கொள்கை, ஊழ், பிறவிக் கோட்பாடு, கல்வி பற்றியும், அரசனின் காவல், தண்டம் தொடர்பான அரச அறம் பற்றியும் பேசப்பட்டன. இவற்றோடு, அகப்பாடல்களில் ஆண் அறம், பெண் அறம் என்று இனம் பிரித்து அறியும் வண்ணம் அறக் கருத்துக்கள் வலியுறுத்தப்பட்டன. (இதன் விளக்கத்திற்கு, ராஜ்கௌதமனின் 'தலித் பார்வையில் தமிழ்ப் பண்பாடு' 1994, என்ற நூலின் மூணாம் பாகத்தைப் பார்க்க')

இவ்விதம் பரவலாகக் காணப்படுகிற அறநெறிக் கருத்துக் களுக்கும், இனக்குழுச் சமூகம் உடைமைச் சமூகமாக உருவாக்கம் பெற்றதற்கும் இடையிலான சம்பந்தத்தை அறிய முயலுவதுதான் இக்கட்டுரையின் நோக்கம்.

பொருளாதாரத்தை முன்னிறுத்தி, புதிய வேளாண்மை உற்பத்தி முறைக்குப் பழைய இனக் குழு உறவுகளின் போதாமையால், புதிய நிலவுடைமை உற்பத்தி முறைக்கான உற்பத்தி உறவுகளும் சக்திகளும் ஏற்பட்டன என்று கார்ல் மார்க்சைக் காட்டி எளிதாக விளக்கம் கூறிவிடலாம்தான். இந்த மாற்றத்திற்கான கருத்தியல் சம்பந்தங்களை இனம் காணுகிறபோதுதான் மார்க்சியக் கண்டுபிடிப்புகளைத் தமிழ்ப் பண்பாட்டுச் சூழலில் வைத்து நமக்கேயான விளக்கங்களைப் பெற முடியும். எனவே தான், மிக நுண்ணிய அதிகார உறவுகளிலிருந்து உடைமைச் சமுதாயத்தின் மிகப் பருண்மையான அதிகார உறவுகள் உற்பத்தி செய்யப்பட்டதில் அக்கால அறநெறிக் கருத்தியலின் பங்கு பணி என்ன என்பதை ஆராய வேண்டியது அவசியமாகிறது.

இனி, சங்க காலத்தில் உடைமைச் சமூக உற்பத்திக்கு உறு துணையாக வினைபுரிந்த அறநெறிக் கருத்துக்களைக் காணலாம்.

I. பொது நீதி

1. செல்வம்

பொருள் அல்லது செல்வம் அல்லது ஆக்கம் என்ற உடைமை குறித்த நீதிக் கருத்துக்கள் முக்கியமானவை. பொருளால் ஆன உடைமை மற்றும் அதிகாரத்தின் சிறப்புகள் பொருள் குறித்த நீதிகளாக வெளிப்படுத்தப் பட்டன. அறவாழ்க்கையும், பொருளுக்காக அடுத்தவன் வீட்டுவாசலுக்குச் செல்லாத செல்வ வாழ்க்கையும் பொருளால்தான் சாத்தியம் (அக. 155).

அறவோர்க்கு அளிப்பதும்; பெரிய பகை வென்று எதிரிகளை அழிப்பதும், காதலின் இன்பமும் பொருளால்தான் சாத்தியம் (கலி. 11). பகைவரின் பெருமையைக் குறைப்பதும், துணைவருக்கு உதவுவதும் ஆண்மை (அகம். 231). அதாவது பொருள் உடைமை பெற்ற ஆண்மையானது அறம், பொருள், இன்பம் ஆகிய மூன்றையும் வழி நடத்துவது செல்வமே (புறம்28). இதைத் தான் பின்னர் திருக்குறளும், 'அறன் ஈனும், இன்பமும் ஈனும் திறன் அறிந்து தீது இன்றி வந்த பொருள்' (154) என்றும், 'செய்க பொருளைச் செறுநர் செருக்கு அறுக்கும்' (759) என்றும் குறிப்பிட்டது.

இந்தப் பொருளைத் தீயவழியில் ஈட்டினால் ஈட்டியவர்க்கு அப்பொருள் இம்மையிலும் மறுமையிலும் பகையாகும் (கலி. 13). பெண் இன்பத்தைவிடப் பொருள் இனியது (ஐங். 337). இந்தப் பொருள் இல்லாதவர்களுக்கு ஈதலும், துய்த்தலும் கிடையாது (குறு. 63). இப்படிப் பட்ட பொருள்தான் 'கேடில் விழுப்பொருள்' (குறு. 216). பொருளை உடையவர்களுக்கே ஈகையும், புகழும், இன்பமும் கிடைக்கும் (நற். 216). முயற்சி செய்யாதவர்களுக்குப் பொருள் கிட்டாது (நற். 252). பொருள் வேண்டி இரப்பவர்களுக்கு ஒன்று ஈயாமை இழிவு (கலி. 2). அதைவிடச் செத்துப் போவதே சிறப்பானது (கலி. 61). சேர்த்து வைத்த செல்வத்தின் பயன் அதனைப் பிறர்க்கு ஈதலாகும். தான் மட்டும் துய்ப்பதால் தவறுகள் உண்டாகும் (புறம்.189).

திரும்பத் திரும்ப கூறப்பட்ட இந்த அறநெறிக் கருத்துக்களுக்கு அடிப்படையாக உள்ளது, பொருளுடைமைதான். இந்த உடைமையை ஒட்டியே ஈகை, புகழ், வெற்றி, இன்பம் துய்த்தல், பெருமை ஆகிய பெறுமதிகள் ஏற்படுகின்றன. இந்தப் பொருள் நீதி உடைமைக்கு உரிமை பெற்ற ஆதிக்கப் பகுதி ஆண்களுக்கே கூறப்பட்டன என்று மறுபடியும் நினைவூட்டத் தேவை இல்லை. 'உயர்ந்தோர்' என்பவர், 'ஒழுக்கத் தானும் செல்வத்தானும் ஏனையரினும் உயர்புடையவர்' (தொல்.பொருள். இளம்: 28) ஆள்வினை என்று ஒழுக்கமும், பொருள் உடைமையும் ஆணுக்கு இணைத்தே கூறப்பட்டன.

மேற்படி பொருளை ஈட்டும் உயர்ந்த முயற்சியே ஆள்வினை அல்லது செய்வினை என்று கூறப்பட்டது. அரசர், வேந்தர், மன்னர், வணிகர், வேளாண் தலைவர்கள், உயர் குடிமக்கள் எனப்படுவோர், போர், கொள்கை, திறை, பாகம், வரி, இறை மூலமாகத் திரட்டிய பெரும் தனி உடைமைதான் பொருள். இதற்காக ஆண்கள் மேற்கொண்ட முயற்சிதான் ஆள்வினை. கடல், காடு, மலை, வயல் பகுதிகளில் உடலால் உழைத்த சக்தியை ஆள்வினை என்று குறிக்கவில்லை என்பது கவனத்திற்குரியது. உடல் உழைப்பு அக்கால ஓரப் பகுதி மக்களுக்கு உயிர் வாழ உணவைத் தந்தது. உடைமைப் பெருக்கத்திற்கு வழி வகுக்கவில்லை.

ஆள்வினைக்கு உரிமை பூண்டவர்களாக இவர்கள் இல்லை. அதற்கு இவர்கள் அருகதை அற்றவர்கள். அறநெறிக் கருத்துக்கள் இவர்களுக்காகக் கூறப்படவில்லை. உடைமையற்ற இவர்கள் 'இன்பத்திற்காக ஆசைப் படத்தான் முடியுமே தவிர துய்க்க, அனுப விக்க முடியாது' (குறு: 63,120)

ஆள்வினையால் புகழும், இன்பமும், ஈகையும் வாய்க்கும். 'அரும் பொருள் கூட்டம்' கிடைக்கும் (நற். 252). அரும் பொருளுக்கு உரியதே செய்வினை (ஐங். 302). ஆள்வினைக்கு உறுதியான உள்ளம் கொண்ட ஆண்மை தேவை (நற்.339). இந்த ஆள்வினை தான் ஆதிக்கப் பகுதி அல்லது உடைமைச் சமூகத்து ஆண்களுக்கு உயிர் போன்றதாகும்.

2. சுற்றம், குடி, கிளை பேணுதல்

ஆள்வினையால் ஈட்டிய பெரும் உடைமையால் வறியவர்க்கு ஈவதால் புகழ் ஏற்படுகிறது. அதைவிட இதனால் உடையவனின் சுற்றத் தையும், அவனுடைய குடியையும், கிளையையும் வலுப்படுத்தி வளப் படுத்தி அதன் மூலம் தனது ஆதிக்க நிலையைப் பலப்படுத்துவதும் நிகழ்கிறது.

அரசன் குடிகளைப் பேண வேண்டும், அரச அதிகாரத்தைப் பகிர்ந்தவர்கள் தங்கள் தங்கள் உறவு, சுற்றம், கிளை, குடியினரை வலுவடையச் செய்வதன் மூலமாக அந்தந்தப் பிராந்தியங்களில் தங்களின் ஆதிக்கத்தை நிலைநிறுத்த முடியும். ஒருவனுடைய கிளையினர் அழிய நேர்ந்தால் அவனுடைய செல்வம் நிலைத்திராது (கலி. 34) என்று நேரடியாகப் பொருள் உடைமைக்கும், கிளையைப் பேணும் நீதிக்கும் பொருத்தம் கூறப்பட்டது. அன்பு என்ற நீதிக் கருத்திற்குப் பொருள், ஒருவன் தன் கிளையினரைப் பகைக்காமல் அணைத்துக் கொண்டு வாழ்வதாகும் (கலி.133). அரசர்களால் கௌரவிக்கப் படுவதும், அவர்கள் முன் தேர், குதிரை, யானையில் அமர்ந்து செல்வதும் ஒருவனுக்குச் செல்வம் அல்ல. மாறாகத் தன்னைச் சேர்ந்தவர் களின் துன்பம் கண்டு அஞ்சும் பண்புதான் செல்வம் என்றார்கள் சான்றோர்கள் (நற். 210). அன்பு, நட்பு, துயர் தீர்த்தல், நிலைநாட்டல், பாதுகாத்தல் முதலானவை எல்லாமே பொருள் உடைமை, அதிகாரம் ஆகியவற்றின் அறவெளிப்பாடுகளாகப் போற்றப்பட்டதை அவதானிக்கலாம்.

அரசன் எனப்பட்டவன் கேட்பார் பேச்சைக் கொள்ளாமல் கால்நடைகளைப் பாதுகாப்பவர்களின் பாரத்தைத் தாங்கி (அதாவது வணிக, வேளாளர்) அக்குடிகளைப் பாதுகாக்க வேண்டும். அப்படிப் பாதுகாத்தல் அவனுடைய எதிரிகளும் அவன் காலில் வந்து விழுவார்கள் (புற. 35). பேணுதல், தாங்குதல், பாதுகாத்தல் என்ற அறம் உடைமை அதிகார உச்சத்தில் இருந்த அரசனுக்கே பெரிதும் கூறப்பட்டது. குடிகளைப் பிணி, துன்பங்களிலிருந்து அரசன் பாதுகாக்க வேண்டும் (பதி.பத். 22).

கிளை, கேளிர், ஒக்கல், சுற்றம், குடி, குடிமக்கள் என்ற சொற்கள் உடைமைச் சமூக உருவாக்கத்தின்போது பலவாறு பொருள்பட்டன. தொடக்கத்தில் இனக்குழுச் சமூகத்தின் கிளை (clan), குருதி உறவு (kinship) முதலியவற்றைச் சுட்டி அதுவே பின்னர் ஆளப்பட்ட குடிமக்கள், வேளாளர், வணிகர் முதலான உடைமைக் குழுவினரையும் சுட்டியது, அன்று இந்தச் சம்பந்தமுடைய கொடி வழி மரபினரின் கிளைகள் ஊர், நாடு ஆகிய இடங்களின் பிரதான அதிகாரக் குழுக்களாகச் செயல்பட்டன. இப்படிப்பட்ட அதிகாரக் குழுக்கள் பலவற்றின் துணையோடுதான் வேந்தர்கள் தம் ஆட்சியை விரிவுபடுத்திப் பராமரித்தார்கள். இவற்றின் துணையோடு தங்கள் இறையாண்மையை நிலைநிறுத்தினார்கள். எனவே சுற்றம்தழால், குடிபுறந் தழுவுதல் என்பவை அரச அதிகார கட்டுமானத்தின் முக்கிய முறைமையாக இருந்தன.

அன்று கால்நடைகளைப் பராமரித்து, விவசாயத்தை மேற்கொண்ட உடைமைப் பகுதியினர் 'குடி' என்றும், 'பகடு', 'புறந்தருநர்', 'மேழி உழவர்' என்றும், வாணிபத்தை மேற்கொண்டவர்கள், 'நல்ஆனொடு பகடு' ஓம்புபவர்கள் என்றும் (ம.கா.பட்.பா.புற.35) குறிக்கப்பட்டார்கள். அரசனின் படையால் பெறும் வெற்றிச் செல்வத்திற்கு, உழு படையால் விளைந்த விளைச்சல்தான் அடிப்படை (புற. 35) என்றும், இதனால், விளைச்சலை அதிகரிக்கப் போதிய நீர்ப்பாசன வசதிகளைப் பெருக்குவது அரசனுக்குக் கடமை என்றும் (புற. 18) நீதி கூறப்பட்டது. உடைமை, அதிகாரம், செல்வம், பொருள் ஆகியவற்றை விரிவாக்கி வலுப்படுத்தும் முகமாகவே பொருள் நீதிகள் கூறப்பட்டிருப்பதை எளிதில் புரிந்து கொள்ளலாம்.

அரசனுக்குரிய வருமானத்திற்கும் (பொருளாதாரம்), அதிகாரத்திற்கும் (அரசியல்) வணிக மற்றும் வேளாண் குடிகள் ஆதாரவு சக்திகளாக அமைந்தன. இதனால் இது தொடர்பாகக் கூறப்பட்ட நீதிகள், அரசியல்-பொருளாதார வலிமைக்கும், அவற்றின் உடைமைக்கான நியாயத்திற்கும் கூறப்பட்டவையாக இருப்பதை அறியலாம்.

3. செய்ந்நன்றியறிதல்

ஒருவன் செய்த உதவியை ஒருவன் மறக்கக்கூடாது. மறப்பது அறம் அன்று என்ற நீதிக் கருத்து பரவலாகப் பல பாடல்களில் சொல்லப் பட்டுள்ளது. வண்டுகள் சுனைப்பூவில் தேன் வற்றியதும் அதைவிட்டுச் சினைப்பூவைத் தேடி விலகுவது என்பது செல்வம் குறைந்து போனவரால் இனிப் பயனில்லை என்று அவரை விட்டு விலகிச் செல்வம் நிறைந்தவரை அண்டுகிற நயனற்ற மாக்களின் செயலை ஒத்ததாகும் (அகம்.71). ஒருவன் செல்வந்தனாக இருக்கும் போது அவனுடைய வளத்தை அனுபவித்து விட்டுப் பின்னர் அவன் பொருளாதாரத்தில் சரிந்தபோது அவனுக்கு

உதவாமல் விலகுபவர்கள் மாந்த உணர்வற்றவர்கள் (கலி.25). தனது வறுமையில் உதவியவனுக்குத் திரும்ப உதவாதவனுக்கு வரும் கேடு அவனுடைய வாரிசுகளையும் விட்டு வைக்காது (கலி. 149). மாபெரும் பாதகங்களுக்குக் கூட பரிகாரம் உண்டு. ஆனால் இந்த உலகமே புரண்டாலும் ஒருவன் செய்த நன்றியைக் (உதவி) கொன்றவர்களுக்கு விமோசனமே கிடையாது ('கழுவாய்', 'உய்தி'-புற. 34). 'செய்ந்நன்றி அறிதல்' என்பது அரசனின் பண்புகளில் தலையானது (சி.ஆ.)

ஈகை, உதவி, நன்றி, செய்ந்நன்றி என்பவையெல்லாம் தனி உடைமைச் சமூக உருவாக்கத்தின் ஏற்றத் தாழ்வான முறைமையால், அந்த முறைக்குச் சாதகமானதாய்ச் செயல்பட்ட அறக் கருத்துக்கள் என்பதில் ஐயமில்லை. இருப்பன் - இல்லாதவன் என்ற ஒழுங்கமைப்பில்தான் இப்படிப்பட்ட நீதிகளுக்குச் செல்லுபடித்தன்மை இருக்கும். உடைமை நாகரிகத்திற்கு முந்தைய இனக்குழு நாகரிகத்தில் இவற்றிற்கு இடமிருந்ததில்லை. பகுத்துண்ணல், கூட்டுண்ணல், பாதீடு போன்ற குழு நாகரிகத்தின் இயல்புகளே வினைபுரிந்தன. இவை, குழு நாகரிகத்தில் மாந்தரின் கடமையாக இன்றி அவர்தம் இயல்புகளாகவே இருந்தன. இயற்கையோடு சம்பந்தப்பட்டிருந்தன. உடைமை நாகரிக உருவாக்கத்தின்போது இவையே அற முக்கியத்துவம் பெற்று உடையோர் தம் கடைமையாக, நன்னடத்தை சார்ந்ததாக ஆயின. உதவுவது, உதவியை மறக்காமல் இருப்பது நல்லறமாகவும், உதவாதது, உதவியை மறப்பது தீய அறமாகவும், இவையே வைதீக, மற்றும் அ-வைதீக (சமண, பௌத்தம்) தருமங்களால் நல்வினை தீவினை என்றும், இந்த வினைகளுக்கு ஏற்ப பிறவிகளும், கதிகளும் தொடரும் என்றும், வாரிசுகளிடம் வினைப் பயன்கள் தொடரும் என்றும், சாகும்போது நல்லறமாகிய செல்வம் ஒன்றுதான் துணையாக வரும் என்றும், பொருள் இகந்த (metaphysical) சித்தாந்தமாக உருமாற்றப்பட்டன. இவ்வாறு கடமைகள் என்றும், நல்லவை - அல்லவை என்றும் உடைமை அடிப்படையில் மாந்தர் நடவடிக்கைகளில் விலக்குகளும், தணிக்கைகளும், நீதிச் சொல்லாடல்களால் ஏற்படுத்தப்பட்டன. சுருங்கச் சொன்னால் தனித் சொத்து என்ற அச்சினைச் சுற்றியே அறம், நீதி, ஒழுக்கம், மறுமை, வினை, பிறப்பு, இறப்பு முதலான அனைத்தும் வலையாகப் பின்னப்பட்டன எனலாம்.

நட்பு

நட்பு என்பது தனி மனிதர்கள் என்ற அளவில் மாந்தர்க்கிடையில் இரத்தம் சம்பந்தப்பட்ட உறவாக இல்லாமல், குடும்ப உறவாக இல்லாமல், சமூகச் செயல்பாட்டின் அடிப்படையில் ஏற்படுத்திக் கொள்ளும் உறவாகும். உதவி, நன்றி, செய்ந்நன்றி என்பவற்றை ஒட்டியதாக நட்பு கட்டமைகிறது. பெரியவர்கள் எனக் கூறத் தக்கவர்கள் தம்மைச் சேர்ந்தவர்களிடம் முதலில் ஆராய்ந்து பிறகு நட்பை ஏற்படுத்து

வார்களேயல்லாமல் நட்பாகியபின் ஆராயமாட்டார்கள் (நற்.2). எனவே நட்பு என்பது இருவர்கிடையில் இனம், ஊர், பால், குடும்பம் என்ற அடிப்படையில் இயல்பாகத் தோன்றும் உறவு அல்ல. நன்கு ஒருவர் மற்றவரை அளந்து தகுதி அடிப்படையில் உருவாவது தான் நட்பு. இப்படி ஏற்படுத்தப்படுகிற நட்பு என்ற உறவானது உடலுக்கு உயிரைப் போன்றது (அக. 339). செயற்கையாகக் கட்டமைக்கப்பட்ட நட்பு என்ற உடைமைக் காலத்து உறவானது, இயற்கையான உயிரைப் போல மேன்மை பெற்றது. எவ்வாறு குழு நாகரிகத்தின் பகுத்துண்ணல் என்பது உடைமை நாகரிகத்தின் ஈகை, உதவி, நன்றி, முதலிய அற நடத்தைகளால் விலக்குற்று இடம் பெயர்க்கப்பட்டதோ, அவ்வாறு குழு நாகரிகத்தின் இயல்பான கூட்டுறவு என்பது உடைமை நாகரிகத்தின் தனிமனிதர்க் கிடையிலான நட்பு என்பதால் இடம் பெயர்க்கப்பட்டது. இப்படியே அறச் சொல்லாடல்களின் சகல கருத்தாக்கங்களும், குழு நாகரிகத்தின் மிக இயல்பான சகல மதிப்பீடுகளையும் செயற்கையாக நிர்மாணிக்கப்பட்ட தனிச்சொத்து நாகரிகத்தின் கருத்தியலாக மாற்றிவிட்டன.

நட்பு குறித்து மேலும் காணலாம். தவறு செய்கின்ற போது நண்பர்கள் உண்மையை இடித்துரைப்பார்கள் (கலி. 3). 'போற்றுதல்' என்பது நட்புக் கொண்டோரைப் பிரியாமையாகும் (கலி. 133). இந்த நட்பு அரசனுக்கு விரிவுபடுத்தப்படும் போது இதன் அரசியல் முக்கியத்துவம் அதிகரிக் கிறது. 'சிற்றினம் இன்மை' அரசனுக்குரிய பண்புகளில் ஒன்று (சி. ஆ.). எலி போன்ற அற்பர்களோடு அரசன் நட்புக் கொள்ளக் கூடாது. மாறாகப் புலி போல மானமும், பெருமுயற்சியுமுள்ளவர்களோடு நட்புக் கொள்ள வேண்டும். தராதரம் அறியாத ஆலோசகர்களைக் கொண்ட அரசனின் வருமானம் குறையும் (புற. 184). நாட்டை நல்லபடி ஆள்வதற்கு அறிவை வலியுறுத்தி நல்லது அறியும் உள்ளம் கொண்ட சான்றோர்களின் நட்பு அரசனுக்கு அவசியம் (பதி.பத். 72). நட்பு என்பது இங்கே அரசனுக்குத் தன் அதி காரத்தைச் சரியானபடி பராமரித்துக் கொள்ள உதவும் ஒருவித உபாயமாகவே காட்சி அளிக்கின்றது. இராஜ தந்திரத்தின் பாற்பட்டதாக அமைகிறது.

4. சான்றாண்மை

நட்புக்கு உரியவர்களைப் 'புரையோர்' என்றனர் (நற். 2). இவர்கள் சொன்ன சொல்லைக் காப்பவர்கள் (நற். 289). பிறருக்காக முயலும் பேரருள் நெஞ்சம் கொண்டவர்கள் (நற். 186), (புற. 182, குறு. 184). செய்ந்நன்றி அறிபவர்கள், நன்கு ஆராய்ந்து நட்பை வளர்ப்பார்கள், அறிவும் ஒழுக்கமும் பூண்டவர்கள் சேர்ந்தவர்களுடைய துன்பத்திற்கு அஞ்சும் பண்பே உண்மைச் செல்வம் என்பார்கள். தங்களுடைய

கடன் நிலையிலிருந்து குன்ற மாட்டார்கள் (நற். 327). சால்பு கொண்ட செம்மையானவர்கள் (நற். 345). நண்பர்கள் நஞ்சைக் கொடுத்தாலும் உண்ணக்கூடிய நாகரிகம் பெற்றவர்கள் (நற். 355). பழிக்கு அஞ்சுவார்கள், பழியோடு வரக்கூடிய இன்பத்தை நாடமாட்டார்கள். பிறர் துன்பத்தைத் தமது துன்பமாக எண்ணுவார்கள்; தமது துன்பதைப் பொருட்படுத்த மாட்டார்கள் (அக. 382). தாம் கற்ற அறநெறியை அங்குசமாகக் கொண்டு ('தோட்டி') உள்ளத்து ஆசையை மீட்டி, அறத்தையும் பொருளையும் அறவழியில் நாடி, தம் தகுதி உடைமையை நோக்கி, அதன் வழியில் நினைத்ததை முடிப்பார்கள் (அக. 286).

இங்கே பெரியோர், புரையோர், ஆன்றோர், சான்றோர் எனக்குறிக்கப் படுபவர்களைத் துறவிகளாக, சந்தியாசிகளாக, வயோதிகர்களாக மட்டும் கருதிவிடக்கூடாது. பல்வேறு மன, எண்ண, செயல், பேச்சுக் கட்டுப்பாடுகளால் இயல்பினைத் தணிக்கை செய்து மிகுந்த பொருள் உடைமையை, அதிகாரத்தை ஆள்வினையினால் அபகரிப்பவர்களையும் மேற்சொன்ன சொற்கள் சுட்டுகின்றன. இவர்களே உடைமைச் சமுதாயத்தில் 'சால்பு' நிரம்பியவர்கள். குழுநாகரிக வாழ்வின் வீரயுகத்தில் 'சால்பு' என்பது வீரத்தையும், மரணத்தைப் பற்றிச் சற்றும் கலங்காத குழு அபிமானத்தையும் சுட்டியது. தனிச் சொத்து முறையும், அதனைப் பராமரிக்கும் முடியாட்சியும் உருவான காலத்தில் 'சால்பு' என்பது பொருள் உடைமையாலான அதிகாரத்தை, பொருள் உடைமையைக் கட்டுப்பாடோடும், நியாயம் எனக் கற்பிக்கப்பட்ட முறையோடும் அபகரித்த ஆள் வினையைச் சுட்டியது. சங்கப் பாடல்களில் குழுநாகரிகத்தின் எச்சங்களும், உடைமை நாகரிகத்தின் வளர்ச்சியும் பதிவாகியுள்ளன. இரு நாகரிகங்களின் மதிப்பீடுகளும், கூறுகளும் வினையாற்றின. குழு நாகரிகத்திற்கான பொருளாதார அடிப்படை மாறிவிட்ட போதிலும், அதன் பண்பாட்டு எச்சங்கள் அத்தனை விரைவில் மறைந்து விடவில்லை. பல்வேறு அர்த்தத் தேய்மானங்களோடு நீடிக்கவே செய்தன.

இப்படிப்பட்ட ஆன்றோர்கள் அடக்கமானவர்கள் (கலி. 32). அடக்கம் என்பதே நல்லவர்களிடம்தான் தோன்றும் (கலி. 47). இவர்களே நாணமும், நிறையும் உடையவர்கள். (அறம், செல்வம், பொருள், பண்பு, ஆட்சி உடையவர்கள் என்று அக்காலத்தில் உடைமை பூணுவதைப் பற்றியே நீதிச் சொல்லாடல் கவனப் படுத்தியதைக் காண்க!) இவர்கள் செல்வமின்றி வறுமையுற்ற போது, தங்கள் குறை போக்கும் உறவினரிடம் சென்று தங்கள் நிலைபற்றிப் பேச மாட்டார்கள் (கலி.61). தம்மைப் பிறர் புகழக் கேட்டுத் தலைகுனிவர் (கலி. 119).அறம் அறிவது சான்றோர் கடமை (கலி.139). இவர்கள் பொய் சொல்ல மாட்டார்கள் (புற. 139). கைக்குக் கிட்டாத அமிர்தமே கிடைத்தாலும், தாமே தனியே உண்ணமாட்டார்கள்; வெறுப்பு, சினம், சோர்வு

இல்லாதவர்கள் அயரமாட்டார்கள்; பழி பாவத்துக்கு அஞ்சுவார்கள். ஆனால் புகழுக்காக உயிரையும் கொடுப்பார்கள். உலகத்தையே பரிசாகத் தந்தாலும் அதற்காக வேண்டிப் பழியான காரியத்தைச் செய்ய மாட்டார்கள் (புற.182).

தன் அடக்கம், வாய்மை, புகழ், பிறருக்காக முயற்சி, தன் நலமின்மை, சினம் வெறுப்பின்மை, ஆசை அடக்கம், அறம், அறிவு, நாணம் உடைமை, பொருள் உடைமை முதலான அற மதிப்பீடுகளும், குணங்களும், செயல்களும் கொண்டவர்கள் சான்றோர் எனப்பட்டார்கள் தனி உடைமை உறவுகளற்ற குழு வாழ்வில் இவை உயர்ந்த அறம் என்று போற்றப்படுவதற்கான அவசியம் இல்லாதிருந்தது. ஆனால் உபரி உற்பத்தியால் விளைந்த செல்வத்திற்குத் தனி உடைமையும் அதற்கான உரிமையும் பெறுகிற நபர்களுக்கு இந்த அற நடத்தைகள் இன்றி யமையாதவை ஆயின. உடைமைக்கு உரிமை எய்தியவர்கள், உடைமைக்கு உரிமை அற்றவர்களிலிருந்து அற அடிப்படையில் வித்தியாசமானவர் களாக, மிகுந்த கட்டுப்பாடுகள் கொண்டவர்களாகத் தங்களை முன் நிறுத்தினார்கள். உடைமைகள் அற்ற எளிய இனக்குழு வாழ்வில் திட்டமிட்டுக் கணக்குப் போட்டுச் சேர்த்து வைத்துப் பாதுகாத்து இல்லாதாருக்கு வழங்கி வாழும் அவசியம் இருக்கவில்லை. அதனால் இவ் வாழ்வில் தனி நபர்களாகப் பிறருக்காக உழைத்தல், தன்னலமின்மை, அடக்கம், கட்டுப்பாடு, கணக்குப் பார்த்தல், அளத்தல், பழி, நாணம், ஆசை, அடக்கம் முதலான அற நடத்தைகளுக்கு அர்த்தம் இல்லை. மாந்தருள் சொத்து, செல்வம், உடைமை அடிப்படையில் பிளவுகள் தோன்றுகிற போதுதான் மேற்சொன்ன சால்புகளுக்கு அர்த்தமும் தேவையும் எழுகின்றன. இப்போதுதான் 'களவு இல்லாமற் போகட்டும்'. (ஐங். வேட்கைப் பத்து) என்று வாழ்த்த வேண்டியது வருகிறது. பிறர்க்குரிய பொருளை (மனைவியை) விரும்பாமை சிறந்த பண்பாகிறது (பதி.பத். 22). பிறர் உடைமையை மதிப்பதே இங்கே அறம். எனவே உடைமையைச் சுற்றி எழுப்பபட்ட புதிய அறம், நீதி, ஒழுங்கு என்பவை தனிச்சொத்துடைமையை ஆதரித்து முறைப்படுத்தி அதன் அரசியலை நியாயப்படுத்தின; புதிய அதிகாரத்தைக் கட்டமைத்தன. இதுதான் நாகரிகத்தின் வரலாறு. ரோம சமுதாயத்தில் தோன்றிய நீதி நெறிகள் இச்சமுதாயத்தின் சுரண்டல் சார்ந்த பொருளாதார, அரசியல் அமைப்பின்மீது கட்டப்பட்டிருந்ததை லெக்கி (Lecky: பக்.123) கூறியதைச் சங்ககாலச் சமுதாயத்திற்கும் பொருத்திப் பார்க்கலாம். சுரண்டலின், தனி உடைமையின், உடைமைவர்க்கத்தின் அரசியல் அதிகாரத்தை உயர்ந்த சான்றாண்மை கொண்டதாகத் தோன்றும் படி செய்தவை அறநெறிகளே. இவை உடைமைகளற்ற, அது பற்றிய ஓர்மையில்லாத இனக் குழு வாழ்க்கை முறையின் இயல்புக்கு முரணானவை. வேறு விதமாகச் சொன்னால் மனித இயல்புகள் மீதும்,

இயற்கையின் மீதும் தனி உடைமை என்ற செயற்கையான ஒன்று இயற்கையானதுதான் இயல்பானதுதான் என்று தோன்றுமாறு நீதிகள் கட்டமைக்கப்பட்டன. சார்புத்தன்மை பெற்ற மனித இயல்புகளும் இயற்கையும் (பெண்ணும்) உடைமையின் நியாயத்திற்காகப் புதிய அறவகைப்பட்ட தணிக்கைக்கும், கட்டுப்பாட்டிற்கும் உட்படுத்தப் பட்டன. இயல்பான, இயற்கை உணர்வு உந்துதல் வயப்பட்ட தணிக் கைக்கும், கட்டுப்பாட்டிற்கும் உட்படுத்தப்பட்டன. இயல்பான, இயற்கை உணர்வு உந்துதல் வயப்பட்ட குழுவாழ்க்கை நாகரிகமற்றது; இழிந்தது; அதனால் கட்டுப்படுத்தப்பட வேண்டியது என்றாயிற்று. மாறாக இயல்புகளையும், உணர்வுகளையும் பொருளுக்கு உடைமைப் பூணுதற்காகக் கறாராகக் கட்டுப்படுத்தி, செயற்கையாக அமுக்கி, அதன் மூலம் எழுகின்ற அதிகாரத்தை நுகரும் வாழ்வு நாகரிகமானது என்றாயிற்று. இதனால் உடைமை உறவுகள் அற்ற குழுச் சமூகத்தின் இயல்புகள் உடைமைச் சமூகத்தின் பார்வையில் குற்றங்களாக்கப் பட்டன. இயற்கையில் விளைந்தவற்றை, யாருக்கும் உடைமை ஆகாத வற்றைக் குழுச் சமூகம் வேட்டையாடி உண்டது. ஆனால் இச்செயலே, உடைமைச் சமூகத்தின் அறநோக்கில் களவு, வழிப்பறி, கொள்ளை என்று கண்டனத்திற்கு உள்ளானது. இந்தச் சமுதாயத்தில் பசுக்களையும், காளைகளையும் பாதுகாத்தல் என்பது அறச்செயலாக மாறின. அதாவது இவை தனி உடைமையாக, செல்வமாக, சொத்தாக ஆன பின்னர் அறத் தகுதி பெற்றுவிடுகின்றன. **உடைமைதான் அறம் அறம்தான் உடைமை.** (ஹஹ்ஹா!)

வணிகர், அறங்கூறும் அவையத்தார், அரசர் முதலான ஆதிக்க உடைமையாளர்க்குரிய அறங்களை நோக்கினால் அறத்தின் குறுக்கீடு எதற்கு என்பது விளங்கும். வணிகப் பெருமக்கள் அறநெறி பிழையாது ஒழுங்கான வழியில் ஒழுகுவார்கள் (ம.கா). இவர்கள் கொலை, களவு முதலான குற்றங்களிலிருந்து நீங்கியவர்கள். பழிக்கு அஞ்சுபவர்கள், உண்மை பேசுபவர்கள், புண்ணியம் குறையாத குளிர்ச்சியான வாழ்க்கை வாழ்பவர்கள். தேவர்களைப் பேணி அவர்களுக்கு ஆவுதி (பலி) ஊட்டுபவர்கள். பசுக்களோடு காளை மாடுகளைப் பாதுகாப்பவர்கள், பார்ப்பனரின் புகழைப் பரப்புபவர்கள், உழவரின் மேழியின் நுகத்தடி போல நடுநிலையான நெஞ்சம் பூண்டவர்கள்; தமது பொருளையும் பிறர் பொருளையும் சமமாக மதித்து, அதிகமாகக் கொள்ளாமலும், அளந்து கொடுக்கும் போது குறைவாகக் கொடாமலும் வாழ்பவர்கள் (ப.பா.)

உடைமை நாகரிகத்தின் சரியான வகைமாதிரிதான் வாணிபம். இங்குதான் அறநெறியின் தோற்றமும் இருப்பதாகக் கூறலாம். விரி வான, சுதந்திரமான, குற்றவுணர்வில்லாத சுரண்டலுக்கு ஆதாரமான அற அடிப்படையை நீதிக் கருத்துக்கள் ஏற்படுத்தின. இங்கிலாந்தின் கால்வினிச அறக் கருத்துக்கள் முதலாளியச் சுரண்டலுக்குரிய கருத்தியல்

நியாயத்தை வழங்கியதற்கு ஒப்பானது இது. தனி உடைமையின் அறம் என்பது உழைப்பைச் சுரண்டி அதிகாரத்தைப் பிடிக்கின்ற செயலுக்கு நடுவுநிலை, வாய்மை, வைதிகச் சார்புநிலை, புண்ணியம் என்ற நீதியை மொழிந்துள்ளது. மிகுந்த செல்வத்தை வணிகத்தின் வழியாகக் குவித்த வர்களை அன்று வைதிகச் சார்பாளர்களாகவும், அறநெறிப்படி நடப்பவர்களாகவும் போற்றியதைக் காணலாம்.

குறிப்பாக சமண, பௌத்த அறங்கள் யாவும் வணிகர்க்கு வாய்ப்பாக அமைந்தன. அவற்றில் அகிம்சை, கொலை களவு மறுப்பு, நடுவுநிலை முதலானவை முக்கியமானவை. அரசரின் போர், கொள்ளையிடலிலும், வேளாளரின் விவசாயத்திலும் அகிம்சையைப் பின்பற்ற இயலாது. வணிகர்கள் சமண, பௌத்தர்களின் பள்ளிகளையும், சங்கங்களையும் முன்மாதிரிகளாகக் கொண்டு தங்களுக்குள் வணிக 'சாத்துக்களை' (ஸ்ரேணி) (guilds) அமைத்துக் கொண்டார்கள். முயற்சி, ஊக்கம், நாணயம், (செல்வம்) உண்மை, (உடைமை) இவர்களுக்கான உயர் மதிப் பீடுகளாயின. இவைகூட சமண, பௌத்தத் துறவிகளின் துறவு விதி களை ஒத்ததாக இருப்பதை ரிச்சர்டு லன்னாய் (Richard Lannoy: பக். 233-34) எடுத்துக்காட்டியுள்ளார். இங்கே பொருள் ஈட்டலும் அறமும் இணைகின்றன. அதாவது, இயற்கைக்கு மாறான தனி உடைமையைக் கட்டமைத்த போது மனித இயற்கையையும் அறக் கருத்துக்களால் செயற்கையாக மட்டுப்படுத்தினர் என்று கூறலாம்.

பிறர்க்கென முயலுதல், அடக்கமாக இருத்தல், பழிக்கு அஞ்சுதல், உயிர்க்கொலை செய்யாமை, 'செற்றமும் உவகையும் செய்யாது காத்து, துலாக்கோல் போல்....' நடுநிலை வகித்தல் (ம. கா.) ஆகிய நீதிகளைத் தனி உடைமை மனோபாவமற்ற இனக்குழு நாகரிகத்தால் கற்பனை செய்து கூடப் பார்க்க இயலாது. உடைமை நாகரிகத்தில் வணிகரின் துலாக் கோலும், வேளாளரின் மேழி நுகத்தடியும், அரசனின் செங்கோலும் நடுநிலைக்குரிய குறியீடுகளாயின. நடப்பவை எல்லாம் தனிப்பட்ட மனிதர்களின் விருப்பு வெறுப்பு என்ற உணர்ச்சி கலவாமல் பொதுவான நியாயம்தான் என்ற மனோநிலையை இவை ஏற்படுத்தின.

தனி உடைமைச் செல்வத்தை, அமைப்பைப் பாதுகாக்க இப்படிக் கடுத்தமான ஒழுக்கவியல் உருவாக்கப்பட்டது. இந்த ஒழுக்கவியலே தனி உடமையால் தொகுப்புற்ற அதிகாரத்திற்கான உண்மை; அதன் அறிவு என்று நிலை பெற்றது. செல்வத்தை உற்பத்திச் செய்வதன் பொருட்டு உண்மையை, அறிவை உற்பத்தி செய்கிறோம் (1980: 94). செல்வத்தைப் பாதுகாப்பதற்காக ஒரு கடுத்தமான ஒழுக்கவியல் உற்பத்தி செய்யப்படும்; செய்யப்பட்டது (1980: 41). இவ்விதத்தில் அறிவும் அதிகாரமும் ஒன்றோடு ஒன்று சம உறவில் கலந்திருக்கும் (1980: 53) என்று ஃபூக்கோ (Michel Foucault) கூறியதை இங்கு உணர முடிகிறது.

II. அரச நீதி

இனி, காவல், தண்டம் என்ற இரண்டு பிரதான அதிகாரச் செயல்பாடுகளையொட்டி அரசர்க்கு மொழியப்பட்ட நீதிகளைக் காணலாம். ஏற்கெனவே இருந்து வந்த பாலியல், குடும்பம், குருதி உறவு, அறிவு முதலானவற்றின் அடிப்படையிலிருந்தே அரசு தனது அதிகாரத் தொகுப்பினைத் திரட்ட முடியும் என்பார் ஃபூக்கோ (1980: 122). அரசாட்சி என்ற புதிய செல்வத்தையும் அதன் அதிகாரத்தையும் அடைய உரிமை பெற்ற அரசர்க்கு உரிய புதிய உண்மைகள் அறக் கருத்துக்களால் கண்டறியப்பட்டன. இவ்வுண்மைகள் காவல் (குடை), தண்டம் (செங்கோல்) ஆகிய செயல்பாடுகளைச் சுற்றி எழுப்பப்பட்டன.

அரசன், நன்றி பாராட்டல், இன்முகம் உடைமை, இனியன் ஆதல், அஞ்சியவர்க்கு அபயம் அளித்தல், ஒருவழிப் படாமை, அழிபடை தாங்கல், வெஞ்சினமின்மை, குறிப்பறிதல், அறிவுடைமை, வாரி வழங்குதல், தராதரம் அறிதல் (சி. ஆ.) முதலிய பண்புள்ளவனாகப் பாராட்டப்பட்டான். அவன், குழந்தையைத் தாய் காப்பது போலக் குடியைக் காப்பவன்; துலாக்கோல் போல நடுநிலையாளன்; மனைவியைப் பிரியாதவன், பரத்தையரைச் சேராதவன் (புற. 71). ஆளப்படுகின்ற குடிகளுக்கு நெல்லும் நீரும் உயிரல்ல; மன்னன்தான் உயிர் (புற. 186). எந்தக் குடிமக்களின் உயிரை 'நமர்' என்று வளைந்து கொடாமலும் 'பிறர்' என்று வெறுக்காமலும் பறிப்பதற்கு உரிமை பெற்றுள்ளானோ (புற. 55) அந்த அரசனே மக்களின் உயிர் எனக் கூறப்பட்டான். உடலுக்கு உணவுதான் உயிர்; உணவைக் கொடுத்தவன் உயிரைக் கொடுத்தவனாவான்; உணவு நீரும் நிலமும் சேர்வதால் (வேளாண்மை) விளையும்; இவற்றைச் சேர்த்து வைக்கும் கடமை அரசனுக்குரியது; எனவே அவனே உயிரை உண்டாக்குபவன் (புற. 18). இதனால் தான் அவன் குடி மக்களின் உயிர் எனப்பட்டான்!

குடும்பத்துப் பெண்களுக்கு அவர்களுடைய ஆண்கள் உயிர்; சமூகத்தில் குடிமக்களுக்கு ஆளுகின்ற அரசன் உயிர். காப்பவன் - காக்கப் படுகின்றவர்கள் என்ற உறவில் அரசனும் குடிகளும் ஈடுபட்டார்கள். குடிமக்களுக்கு உயிர் போன்ற அரசன் அவர்களுடைய உயிரை வாங்கும் உரிமை பெற்றவனாவான்; உயிரைத் தந்தவனுக்கு, காத்தவனுக்கு அதனை எடுக்கவும் உரிமை உண்டு. ஆக்கவும், காக்கவும் உரிமை பெற்ற ஒருவனுக்கு அழிக்கவும் உரிமை உண்டு. இது ஒரு நியாயம். இவ்வாறு உயிரை வாங்க உரிமை பெற்ற அரசன் அக்காரியத்தைச் செய்கிறபோது விருப்பு வெறுப்பு முதலான உணர்ச்சிகளுக்கு அப்பாற்பட்டவனாக இருக்கவேண்டும். (இன்றைக்கு விளையாட்டுப் போட்டிகளின் அம்பையர்கள் மூஞ்சியும், தூக்குத் தண்டனையை வாசிக்கும் நீதிபதிகள்

மூஞ்சியும் எவ்வித உணர்ச்சியுமின்றி இருப்பதைக் கவனிக்கவும்.) இதுதான் அரசனுக்கான அறநெறி. இதுதான் அரசியல் பிழையாது அறநெறி காட்டி, பெரியோர் சென்ற அடிவழிப் பிழையாத (ம.கா.) செங்கோலாட்சியாகும்.

இதுவே 'அறம் புரிந்தன்ன செங்கோல்' (புறம். 35). நால்வகைப் படை இருந்தாலும், இந்த அறநெறிதான் அரசன் வெற்றிக்கு மூலகாரணம் (புறம். 55). பிற உயிரைத் தண்டிக்கும் அதிகாரத்திற்கு அரசனிடம் சில அற நடத்தைகள் இருக்கவேண்டும். அவன் பொய் பேசாதவனாக, சினம், காமம், மிகந்த கழிவிரக்கம், அச்சம் இல்லாதவனாக, மிகையான பரிதாபம், கடுமை இல்லாதவனாக இருக்க வேண்டும் (பதிபத்.18). வாரி வழங்குபவனாக, குடிகாப்பவனாக, ஆண்மை உள்ளவனாக, விளையாட்டிற்குக்கூடப் பொய்ப் பேசாதவனாக, அறிவால் செம்மையாக நடப்பவனாக, அரசியல் பிழையாதவனாக இருக்க வேண்டும் (பதி. பத். 22, 70, 89). ஆளப்படுகின்ற குடிகளிலிருந்து மேற்சொன்ன அறநடத்தைகளால் அரசன் வேறு பட்டவனாக, அசாதாரணமானவனாக இருக்கும் போதுதான் அவனுடைய தண்டநீதி அறமாகிறது.

அரசன் மீது ஏற்றிய அசாதாரணத்திற்கு உதாரணமாக ஒரு புலவன் 'மழை பொய்த்தாலும் சேரன் பொய் கூறமாட்டான்' (பதி. பத்: 18) என்ற பாடியதைக் குறிப்பிடலாம். இதற்கும் மேலாக, 'மழை பொய்த்தாலும், விளைச்சல் குன்றினாலும், இயற்கை உற்பாதங்கள் நிகழ்ந்தாலும் குடிமக்கள் காவலரைப் (அரசரை) பழிப்பார்கள்' (புற. 35) என்று பாடினார். இந்த அமானுஷ்யத்தின் உச்சம்தான் கடவுள். இதுவே ஆக்க, காக்க, அழிக்கவல்ல ஒன்று; இதற்கு விருப்பு வெறுப்பைக் காட்ட முகம் ஏதும் கிடையாது மனிதர்களை ஆக்க, காக்க, அழிக்க வல்ல உறவு பூண்டது இது, மனிதர்களால் அறிய முடியாத உச்சத்தில் உள்ளது. மனிதர்களோடு இருந்தும் மனிதர் களைக் கண்காணித்தும் மனிதர்களுக்கு அகப்படாதது. பருண்மையான அரசனிலிருந்து உருவாக்கப் பட்ட சூட்சுமம் இது.

அரசனிடம் பருண்மையாக வெளிப்படுகிற அல்லது குவிப்புற்ற அதிகார உறவுகள் பல தளங்களில், பலவிதங்களில் கூடவோ குறையவோ வினை புரிந்து கொண்டுதான் இருக்கின்றன. ஆண் பெண்ணைப் பாதுகாப்பதிலும், பெரியோர் சிறியோரைப் பாதுகாப்பதிலும், பெற்றோர் பிள்ளைகளைப் பாதுகாப்பதிலும், இருப்போர் இரப் போர்க்கு ஈகை புரிவதிலும், துறவிகள் உலக மாந்தரை இரட்சிப்பதிலும் அதிகார உறவுகள் செயல்பட்டன. இவற்றின் மொத்தக் குவிமையமாக அரசன் - குடிமக்கள் உறவில் அதிகாரம் வினையாற்றியது. இதன் சூட்சும வடிவம்தான் கடவுள் - உயிர்கள் உறவின் அதிகார வினைப்பாடு.

இந்த அதிகார உற்பத்தி உறவுகளுக்குள் பொருள் உற்பத்தி உறவுகளும் சம்பந்தப்பட்டிருந்தாலும் பொருள் உற்பத்தி உறவுகளால்

மட்டுமே நேரிடையாக அதிகாரம் உற்பத்தியாவதாக எளிதில் முடிவு செய்ய முடியாது. அதிகார உற்பத்தி உறவின் மையங்களாக ஃபூக்கோ மனித உடல்களைக் கண்டார். உடலின் தேவை நிறைவேற்றங்களால் எழுகின்ற பல்வேறு உறவுப்பின்னல்கள் வழியாக அதிகாரம் உற்பத்தி யாகிப் பரவுகின்றது. இந்த ஆதாரமான விசயத்தை, இனக்குழுச் சமூகம் சிதலமடைந்து உடைமைச் சமுதாயம் உருவாக்கம் பெற்ற வரலாற்றுக் கட்டத்தில் உணரலாம். உடலை வைத்து இயங்கிய குழுச் சமூகத்தில் குருதி உறவு, மணமுறை, கிளை உறவு, உணவு - பெண் பரிவர்த்தனை எல்லாம் உடலைச் சார்ந்தவையே. பொருள் உற்பத்தி என்பதே இங்கு உணவு உற்பத்தி அல்லது சேகரிப்புதான். இது குறிப்பிடத்தக்க அதிகார உறவுகளை உற்பத்தி செய்ததாகக் கூற இயலாது. ஆனால் பொருள் உற்பத்தியில் தனி உடைமையைக் கட்டிய உடைமை நாகரிகத்தில் உடல் சார்ந்த அதிகார உறவுகள் மீது, அல்லது அவற்றை உருமாற்றி, பொருள், அறிவு, உண்மை (வைதீக - அ.வைதீக அறங்கள்) என்ற உடைமைகளின் அதிகார உறவுகள் கட்டமைக்கப்பட்டன என்று சொல்லலாம். ஒரு விதத்தில் உடலால், இடத்தால், குழுவால் வரையறுக்கப்பட்ட இனக் குழு நாகரித்தை புதிய அதிகார உறவுகள் உடைத்து விஸ்தாரப்படுத்தின எனலாம். இதனால்தான் அன்று 'யாதும் ஊரே யாவரும் கேளிர்' என்ற குரலைக் கேட்க முடிகிறது.

III. நிலையாமை

இதை ஒட்டி 'நிலையாமை' பற்றியும் காண வேண்டும். 'ஒரு வீட்டில் மணப்பறையும், ஒரு வீட்டில் பிணப்பறையும் ஒலிக்கிறது; இப்படி இன்ப துன்பங்களை ஒரே சமயத்தில் நிகழுமாறு படைத்த கடவுள் பண்பற்றவன். இந்த உலகம் இன்னாதது, அதனால் இதில் இனியவற்றைக் காண்க. இதன் இயல்பை உணர்ந்தவர்கள் (புற.194) என்ற பாட்டில் ஒலிக்கிற நிலையாமைக் குரல் வித்தியாசமானது. இக் குரல் இனக்குழுக்களின் யுகத்தின் முடிவை உணர்த்துகிறது. சாவு X வாழ்வு என்ற அடிப்படையில் துன்பம் X இன்பம் பற்றிய கவனங்கள் தனித்துவம் பெற்றன. உயிர் வாழ்க்கையின் இயல்பு பற்றிய தனிச் சிந்தனை தோன்றியது. ஒவ்வொன்றையும் பிரித்து அதற்குள் இயங்குகிற முரண்பாடுகளைக் கண்டறியும் முயற்சி தோன்றியது. எடைபோடுதல், கணக்கிடு செய்தல், தேர்வுசெய்தல், விலக்குதல், ஏற்றல் என்ற சிந்தனை முறை ஓர் ஒருங்கிணைந்த பொதுவான தன்மையை (Universality) ஏற்படுத்தியது. மரணம் என்ற உடல் சார்ந்த இயற்கை நிகழ்வுக்குக் குழுச் சமூகத்தில் தரப்பட்ட முக்கியத்துவம் உடைமைச் சமுதாயத்தில் அபரிமிதமாகியது. குழுச்சமுதாயத்தில் மரணம் என்பது மீண்டும் மீண்டும் இவ்வுலகில் உடல் உற்பத்திற்குரிய நிகழ்வாக நோக்கப்பட்டது. அதற்கேற்ற முக்கியத்துவமும் அதற்கு அளிக்கப்

பட்டது. ஆனால் உடைமைச் சமூகத்தில் மரணம் என்பது தண்டனை, அழிவு, சிதைவு, தீட்டு ஆகியவற்றோடு தொடர்புறுத்தப்பட்டது. சாகும்போது எதுவும் கூடவராது; அறம்தான் வரும்; செய்த வினைதான் வரும்; வினைக்கேற்ற பிறவி தொடரும் என்று கூறப்பட்டது. 'எமன் வருகிறபோது இரங்குபவர்களே! வாழும்போது நல்லது செய்யா விட்டாலும், கெடுதல் செய்யாதிருங்கள். அதுதான் உவப்பானது, மேலும் நல்லவழியில் செலுத்துகின்ற நெறியும் அதுதான்' (புற. 195) என்ற வாழ்க்கை நோக்கு ஏற்படலாயிற்று. உடலால் எழும் மானிடச் செயல்கள் அனைத்துமே அறத்தை அடிப்படையாகக் கொண்ட பொது ஒழுங்குச் சட்டகத்தால் நல்லவை, கெட்டவை என வரையறுக்கப்பட்டன. எண்ணம், பேச்சு, செயல் ஆகியவை இப்படி ஒழுங்கு செய்யப்பட்டன. உயிரியல் வினைகளை ஆற்றிக் கொண்டிருந்த உடல் உறுப்புக்கள் அறநடத்தைகளால் மேலழுத்தம் செய்யப்பட்டன.

செத்தபின் உடன் கொண்டு போவது எது என்ற கேள்வியிலேயே வாழுங்காலத்தில் திரட்டிய உடைமைதான் ஓர்மையின்றி வெளிப் படுகிறது. இதற்காக வாழுகிறபோது பொருள் உடைமையைச் சேர்க்க லாகாது என்று அர்த்தமல்ல; ஒரே நிபந்தனை: அற ஒழுங்குச் சட்டகத்தின் வரம்பிற்குள் உடைமையைப் பெருக்க வேண்டும் என்பதே.

IV. குடும்பம்

உடைமைச் சமூகத்தின் உற்பத்திச் சக்திகளின் மறு உற்பத்திக்கான அமைப்பே குடும்பம். இதிலிருந்து பாலியல் அடிப்படையில் அதிகார உறவு உற்பத்தியாகிறது. இது விரிவடைந்து உடைமைச் சமூகத்தின் அதிகார வலைப்பின்னலாகப் பரவுகிறது. 'மனைக்கு (குடும்பத்திற்கு) விளக்காகிய வாள்நுதல் (பெண்)' (புற. 314); 'மனைக்கு விளக்காயினள்- புதல்வன் தாய்' (ஐங். 405); 'குடிக்கு விளக்காகிய புதல்வதற்பயந்த புகழ்மிகு சிறப்பின் நன்னராட்டி' (அக. 184) என்று, பெண் தாயாக, மனைவியாக, வீட்டிற்கு விளக்காகவும், ஆண்மகன் குடிக்கு (சமுதாயம்) விளக்காகவும் போற்றப் பட்டவர்கள். விளக்குகளாகப் போற்றப்பட்டதில் ஒற்றுமை இருந்தாலும், இருவருக்கான வினையாற்றும் வெளி (Space) வேறுபடுகிறது. பெண்ணுக்கு வீடு, ஆணுக்குக் குடி, சமுதாயம். பெண் வீட்டில் விளக்காக எரிவதற்குத் தன் பாலியல் சக்தியை நெறிப்படுத்த வேண்டும். ஆண் சமுதாயத்தில் விளக்காக எரிவதற்கு உடைமையைப் பெருக்க வேண்டும். இரண்டு விளக்குகளுக்கும் எரிபொருள் பாலியல் சக்திதான். பெண் இச்சக்தியை ஆணின் நலனுக்காகப் பயன்படுத்தினாள், ஆண் இச்சக்தியை தன் குடும்பம் உள்ளிட்ட சமுதாய நலனுக்காக என்ற பெயரில் தன் அதி காரத்திற்கும், தனது ஆண் சந்ததியின் அதிகாரத்திற்கும் பயன்

படுத்தினான். இருவரும் இருவிதங்களில் தங்கள் பாலியல் சக்தியை அற நடத்தையால் மட்டுப் படுத்தினார்கள். உடைமை நாகரிகத்தின் தோற்றத்திற்கும் ஆண், பெண் பாலியல் சக்தியின் அமுக்கத்திற்கும், மடைமாற்றுக்கும் நேரடியான தொடர்பு இருந்தது, இருந்து கொண்டும் இருக்கிறது.

இதுவரை சுருக்கமாகச் சொல்லிவந்த விசயங்களிலிருந்து குழுச் சமுதாயத்திலிருந்து உடைமைச் சமூக உருவாக்கம் பெற்ற போது அறநெறிக் கருத்துக்கள் குழுச் சமூதாயத்தின் மதிப்பீடுகளை எதிர் மறைகளாக்கி உடைமைச் சமூகத்திற்கான ஒரு ஒழுக்கவியல் சட்டகத்தை ஏற்படுத்தித் தந்ததைக் கண்டோம். குறள் முதலான நீதி இலக்கியங்களிலிருந்து அல்லாமல், சங்க கால அக, புறப் பாடல்களிலிருந்தே இதற்கான சான்றுகளைக் கண்டோம். உடைமை உருவாக்கத்திற்கு ஆதிக்க வட்டத்தார்க்கு வலியுறுத்தப்பட்ட அறநெறிகளுக்கும், உடைமைக்கும் இடையிலுள்ள உறவுக்கு இக்கட்டுரையில் சொல்லப்பட்டதைப்போல எளிய விளக்கம் போதாதுதான். ஆனால் இந்த உறவுக் கண்ணியை இனம் காண்பது அவசியமாகும். மரபாக, அறநெறிகள் பற்றி நமக்குச் சொல்லப்பட்டுவந்த கருத்துகளை மறுபரிசீலனை செய்வது தேவையாகும்.

துணை நூல்கள்:

1. Richard Lannoy 'THE SPEAKING TREE' *(1974)*

2. W.E.H. Lecky 'HISTORY OF EUROPEAN MORALS' *(1924)*

3. Michel Foucault 'POWER / KNOWLEDGE' *(1980)*

சுருக்கக் குறிப்பு விளக்கம்:

புற - புறநானூறு	ஐங் - ஐங்குறு நூறு
பதி.பத் - பதிற்றுப்பத்து	குறு - குறுந்தொகை
அக - அகநானூறு	ம.கா - மதுரைக் காஞ்சி
	பட் . பா - பட்டினப்பாலை
கலி - கலித்தொகை	தொல்.பொருள்.இளம் - தொல்காப்பியம் பொருளதிகாரம் இளம் பூரணர் உரை
நற் - நற்றிணை	சி. ஆ. - சிறுபாணாற்றுப்படை

2. தமிழ்க் கதைகளில் தலித்தியம்

இந்தக் கட்டுரையில், வந்துள்ள சில புனை கதைகளில் (சிறுகதை, நாவல்) தலித்துக்கள் என்ன மாதிரி பேசப்பட்டிருக்கிறார்கள் என்பதைப் பற்றிப் பேசப் போகிறேன். தலித்துகளைப் பற்றிப் பேசும் கதாசிரியர் களை இரண்டு வகையாகப் பிரிக்கலாம். ஒன்று, தலித் அல்லாத பார்ப்பன - வேளாளக் கதை சொல்லிகள்; இரண்டு, தலித் கதை சொல்லிகள். தலித் கதை சொல்லிகளிலும் இரண்டு பிரிவு உண்டு. ஒன்று கிறித்துவ தலித் கதை சொல்லிகள்; இரண்டு, கிறித்தவர் அல்லாத தலித் கதை சொல்லிகள். கிறித்தவர் அல்லாத தலித் கதை சொல்லிகளை இந்து தலித் கதை சொல்லிகள் என்று கூறமாட்டேன். தலித்துகள் இந்துக்கள் அல்லர் என்பதை அண்ணல் அம்பேத்கர் அன்றே நிரூபித்து விட்டார்.

பொதுவாக தலித்துகள் என்றால் இன்றைய வைதீக இந்திய நிலவரத்தில் பிற்படுத்தப்பட்ட மிகவும் பிற்படுத்தப்பட்ட, தாழ்த்தப் பட்ட மக்கள் அனைவரையும் உள்ளடக்கிய ஒரு பெரும்திரள். ஆனால் குறிப்பிட்டுச் சொல்லுவதானால் முழுமையாக தீண்டாமைக்கு உள்ளாக்கப்பட்ட மக்களைத்தான் தலித்துகள் என்று கூற வேண்டும். பிற்படுத்தப்பட்ட சாதிகளும், மிகவும் பிற்படுத்தப்பட்ட சாதிகளும் அவற்றுக்கு மேலேயுள்ள சாதிகளால் ஒப்பீட்டளவிற்கு தீண்டாமை பாராட்டப் படுகின்றன. ஆனால் தாழ்த்தப்பட்ட மக்கள் மீது பாராட்டுகிற தீண்டாமை சமூக பொருளாதார முக்கியத்துவம் வாய்ந்தது. எதற்கும் உரிமை கொண்டாட முடியாத நிலைமையில் தாழ்த்தப்பட்ட மக்களை நிறுத்துவது தீண்டாமை. இப்படி ஒரு நிலைமை பிறசாதிகளுக்குக் கிடையாது. தீட்டு அடிப்படையில் தீண்டாமை பாராட்டுவது மேலிருந்து அடிவரையிலுள்ள சாதி ஏறுவரிசையில், சாதிகளுக்கு இடையில் பல வடிவங்களில் இயங்கிக் கொண்டுதான் இருக்கிறது. அதுதான் சாதிவரிசையை இடைவிடாமல் கட்டிக்காக்கிறது. இதனை ஒழிக்காமல் சும்மானாச்சுக்கும் தாழ்த்தப்பட்ட மக்களை ஹரிஜன், அவருணர், பஞ்சர், தலித்துகள், ஆதிராவிடர் என்று புதுப்பெயரால் அழைப்பதால் ஒண்ணும் நடந்துவிடாது. சாதி ஒழிப்பு (Annihilation of Caste) ஒன்றுதான் விடுதலை. இது தான் தலியத்தின் விடுதலை அரசியல். இதுதான் சாதிய இந்து சமூகத்தின் அரசியல் பொருளாதார பண்பாட்டு மாற்றத்திற்கான தலித் அரசியல். சாதி ஒழிப்புக்கு நண்பர்கள் யார்? எதிரிகள் யார்? என்பதுதான் கேள்வி. ஒழிப்புக்கு முன்வரும் சாதிகளைத் தலித்துகள்

என்றும், எதிரான சாதிகளைத் தலித் அல்லாதவர்கள் என்றும் அரசியல் ரீதியாகப் பிரிக்கலாம். இது ஒரு தீவிர நிலைப்பாடு.

சாதியில் உயர்வு தாழ்வு இல்லை. சாதிவித்தியாசம் பார்க்கக் கூடாது என்று கூறுவது சீர்திருத்தம். சாதிகள் இருக்கும் என்பது இதற்கு அர்த்தம். சாதியைப் பற்றிப் பேசுவது இந்த அறிவியல் காலத்தில் அநாகரிகமானது, அசிங்கம், இது சாதிவெறி, பிற்போக்கு என்று கூறுபவர்கள் ஒண்ணு, உயர்சாதிப் பிறப்பால் சமூக அதிகாரத்தைப் பெற்றிருப்பார்கள், அல்லது பன்னாட்டுக் கலாச்சாரமயமாகிச் சமூக அதிகாரத்தைப் பெற்றிருப்பார்கள். பன்னாட்டு - முதலாளிய - பொருள்வகைப் பண்பாட்டுக்குச் சாதி, மதம், இனம், பால், நிறம், மொழி பற்றியெல்லாம் அலட்டல் உருட்டல் கிடையாது. இலாபம் கிடைத்தால் சரி. எனவே சாதி அரசியல் பற்றி மௌனம் காப்பதும் நடுநிலை வகிப்பதும் நாகரிகம் ஆகாது. பார்க்கப்போனா, இது மிகத் தந்திரமான உயர்சாதி அரசியலாக இருக்கிறது தெரியும்.

சாதிகள் ரெண்டுதான். ஒண்ணு இடும் சாதி, மத்தது இடாத சாதி என்று பேசுவது, அல்லது ஆண் சாதி பெண் சாதி என்று பேசுவது, அல்லது ஒன்றே குலம் ஒருவனே தேவன் என்று பேசுவது சாதி, குல வழக்கத்தை ஓர்மையில்லாமல் அங்கீகரிக்கின்றன அல்லவா? இந்த உயர்சாதி அரசியலானது, சாதி அமைப்பைக் கேள்விக்கு உள்ளாக்காமல் சாதிக்காரர்களைச் சாதிபார்க்கக் கூடாது என்று போதிக்கிறது. தலித்தியம் இந்தக் கபடத்தை ஏற்காது. சாதி முறைமையை, தீண்டாமையை, அதை நிலைநிறுத்திய இந்துத்துவத்தை, அதன் பார்ப்பனிய சித்தாந்தத்தை, வருணாசிரமத்தை, அதன் கடவுளை, பொருளாதார ஏற்றத்தாழ்வைக் கூண்டோடு கைலாசத்துக்கு அனுப்புவதுதான் தலித்திய விடுதலை அரசியல்.

1

பழைய இந்துப் புராணக் குப்பைகளில் நந்தன், குறவன் கண்ணப்பன், பாணப்புலையன் இடம் பெற்றாலும், அதுக்கான காரணம் சாதி ஒழிப்போ, தலித் விடுதலையோ இல்லை. சமண பௌத்த மதங்களின் தாக்குதல், பரவுதலிலிருந்து வைதீக மதத்தைப் பாதுகாக்கும் ஒரு தற்காப்பு நடவடிக்கை; ஒரு நாடகம். அவ்வளவுதான். பிரிட்டிஸ்காரர் ஆண்ட காலத்திலும் இதே கூத்துதான். கிறித்துவமதம், வெள்ளைக்காரன் கலாச்சாரம் - இவற்றிலிருந்து ஆக்கங்கெட்ட இந்துமதத்தைத் தூக்கி நிறுத்த இந்துச் சமூக சீர்திருத்த முயற்சிகள் முனைந்தன.

வெள்ளைக்காரன் வருவதற்குமுன், வைதீக இந்துச் சமூகத்தின் சாதி அமைப்பில், ஒரு சாதிக்குள்ளே வேணுமானால் சமத்துவம், சகோதரத்துவம் அனுசரிக்கப்பட்டதே தவிர, ஏறு வரிசையில் இயங்கிய ரெண்டு

சாதிகளுக்கு இடையில் அல்ல. புதிதாக வந்த வெள்ளைக்காரன் பண்பாட்டில், பொருளாதாரம், இனம், பால் என்ற ரீதியில் உயர்வு-தாழ்வு இருந்ததே தவிர மற்ற வித்தியாசங்கள் பாராட்டப்படவில்லை. வெள்ளைக் காரன் ஆட்சியில் உத்தியோகத்துக்கும் கிறித்துவ மதத்திற்கும், பிறப்பால் வரும் சாதித் தகுதி தேவைப்படவில்லை. நீண்ட நெடிய தமிழக வரலாற்றிலேயே இந்தக் காலத்தில்தான் தலித்துகளுக்கும் பொருளாதார ரீதியில், நவநாகரிக வாழ்க்கைத் தரத்தில் முன்னேறக்கூடிய உரிமைகள் கிடைத்தன. வெள்ளைக்காரன் கொண்டு வந்த கல்வியும், உத்தியோகமும் கிறித்துவ மதமும் இந்துத்துவ சாதிக் கொடுமைகளிலிருந்து தப்பித்துப் போவதற்கு வழிகளைத் திறந்து விட்டன.

இந்தக் காலத்தில்தான் நவீனப் புனை கதை இலக்கியம், வெகுசனங்கள், படிப்பாளிகள், சாமான்யர்கள் ஆகியோர் படிப்பதற்காகப் படைக்கப் பட்டது. இந்தச் சமயத்தில் கதை எழுதத் தொடங்கியவர்கள் படித்து உத்தியோகம் பார்த்தவர்கள், நவீன கல்வியைப் படித்தவர்கள், பரம்பரையாகப் படிக்க உரிமையும், வசதியும் கொண்ட பார்ப்பன - வேளாளச் சாதியைச் சேர்ந்த ஆண்கள் தான். மருந்துக்கு ஒண்ணு, ரெண்டு பெண்களும் கதை எழுதினார்கள். இந்தப் பார்ப்பன - வேளாளர் படைத்த கதைகளில் தலித் மக்கள் பற்றிய புனைவுகள் இடம் பெற்றன. பெரும்பாலும் சிறுகதைகளில்தான் முழுசாகப் படைக்கப்பட்டார்கள். நாவலில் போகிற போக்கில் உச்சரிக்கப்பட்டார்கள். இவர்கள் பார்ப்பன வேளாள உயர்சாதி அரசியல் நோக்கில் படைக்கப் பட்டார்கள். இந்த அரசியல் பல வடிவங்களில் வெளிப்பட்டன. அவற்றில் சிலவற்றை இப்படி வரிசைப்படுத்தலாம்;

1. தலித்துக்கு மேலிருந்து மீட்சி வழங்குதல்
2. இலக்கிய சமத்காரத்துக்குத் தலித் பயன்படுதல்
3. தலித் மற்றவர் உயர்வுக்கு உரைகல்
4. தலித் என்றாலே இழிவு
5. கிறித்துவ, இசுலாமிய மதமாற்றம்
6. இந்து மதத்திற்குள்ளேயே தலித்துக்கு விடுதலை
7. தலித் மீது வன்முறை
8. தலித்துகள் மலிவான கூலிகள்

1. தலித்துக்கு மேலிருந்து மீட்சி வழங்கப்படுதல்

உயர் சாதிக்கார சாமியால், உயர் சாதிக்காரர்களால் தலித்துக்கு மீட்சி, முன்னேற்றம் வழங்கப்படுவதாகக் கதைகளில் சித்திரமாகியுள்ளது. உடைமைக்கும், முன்னேற்றத்திற்கும், தலித்துக்குரிய மனித உரிமை

பற்றியோ அல்லது தனது விடுதலையைத் தானே தீர்மானிப்பதற்கு தலித்துக்கு உள்ள சுய ஆதீனம் பற்றியோ ஓர்மை கிடையாது.

ராஜாஜியின் 'அர்த்தநாரி' என்ற கதையில் ஒரு பறைச் சிறுவனை, தீண்டாதார் சேவா சங்கத்தின் செயலாளர் (பார்ப்பனர்) ஒருவர் படிக்க வைத்து உத்தியோகம் வாங்கித் தருகிறார். வடுவூர் துரைசாமி ஐயங்காரின், ஒரு நாவலில் ஊர் பண்ணையாரால் மரத்தில் கட்டி வைத்து அடிக்கப்பட்ட பறை அடிமை ஒருவனை, பார்ப்பனக் காந்தியவாதி ஒருவர் காப்பாற்றிப் போலீஸ்காரனாக்குகிறார். புதுமைப்பித்தனின் 'புதிய நந்தன்' என்ற சிறு கதையில், பறைச் சிறுவன் ஒருவனை ஒரு கிறித்துவ வேளாளர் படிக்க வைக்கிறார். இவருடைய 'கடவுளின் பிரதிநிதி' என்ற இன்னொரு கதையில், அரிசனர்க்கு ஆலயப் பிரவேசம் செய்ய காந்திய அரிசன இயக்கத்தைச் சேர்ந்த ஒரு பார்ப்பனர் குரல் கொடுக்கிறார்.

இவை எல்லாமே தலித்துகள் தம் சுயமரியாதை காரணமாகத் தாங்களே மேற்கொள்கிற விடுதலை முயற்சிகளாக இல்லை. அப்படி மேற்கொண்ட அக்கால ஆதிதிராவிட-பறையர் முயற்சிகளைப் பற்றி உயர்சாதி அரசியல் மௌனம் காத்தது. எப்போதும் போல் தலித்துக்களுக்கு சகாயம் வழங்குகிற பார்வையில்தான் இப்படிக் கதை எழுதினார்கள். அப்படியே மீட்சியைக் கதைகளில் வழங்கினாலும், இறுதியில் அதற்குத் தலித்துகள் தயாராக இல்லை அல்லது அதற்கு அருகதையற்றவர்கள் என்றுதான் கதை முடியும். தலித் அர்த்தநாரி சாமியாராகிறான்; புதிய நந்தன் மர்மமாய்க் கொல்லப்படுகிறான். தங்களுக்காக ஆலயப் பிரவேசம் பேசியவரைச் சேரிப் பறையர்கள் கல்லால் எறிகிறார்கள். 'தலித்துகளைத் திருத்த முடியாது. அவர்களுடைய புத்தியே இப்படித்தான், அவர்கள் தான் அவர்களுடைய நிலைக்குக் காரணம்' என்று கூறுகின்ற உயர்சாதி அரசியலின் ஒரு பருக்கைதான் இது. உயர்சாதியார் தலித்துகளை எங்கே வைத்திருக்கிறார்களோ அங்கே தான் அவங்க நிக்கணும்; எதுவரை 'முன்னேறச்' சொல்கிறார்களோ அங்கவரைக்கும்தான் போகணும். அதுக்கு மேல போனா சோலி முடிஞ்சிடும்!

2. இலக்கிய சமத்காரத்திற்குத் தலித்தின் இழிவு பயன்படுதல்

பார்ப்பன - வேளாளர் கதைகளில் கதையின் சுவாரஸ்யத்துக்காக இலக்கிய சமத்காரத்துக்காக, கதையின் இலக்கணத்துக்காக, தலித்துகளின் இழிந்த நிலையை வைத்து இலக்கிய விளையாட்டு விளையாடுவதைப் பார்க்கலாம். இந்த விளையாட்டு நந்தனைப் பற்றிய புராணத்திலிருந்தே நடந்து கொண்டிருக்கிறது. தலித் சாதியின் புலைத் தன்மையையும், பார்ப்பனச் சாதியின் புனிதத் தன்மையையும் துருவ நிலைகளிலிருந்து

தற்காலிகமாக இடம் பெயர வைத்து, தலித் சாதிக்காரன் உயர் சாதிக்காரன் தகுதிக்கு ஏங்கித் தவிப்பதையும் தன் சாதி ஈனத்துக்காக அவமானப்படுவதையும் அதைக் கண்டு உயர்சாதிக்காரன் பரவசமடை வதையும் இந்த சமத்கார விளையாட்டில் காணலாம். தலித்தின் அவஸ்தை உயர்சாதிக்குப் பரவசம். தலித்துக்கு ஏற்படுகிற அவஸ்தை மற்றவர்களைப் போல ஆவதற்குத் தான் தகுதியுள்ளவன்தானா என்பதுதான். இது நந்தனுக்கு ஏற்பட்டது. ராஜாஜி படைத்த அர்த்தநாரிக்கும் ஏற்படுகிறது. அர்த்தநாரி (பாதிப் பெண்) என்ற பார்ப்பன சமஸ்கிருத நாமம் இடைப்பட்ட பறை இளைஞன், ஒரு பார்ப்பனப் பெண்ணை (இவள் ஆந்திரா பிராமின், தமிழ் பிராமின் அல்ல. ராஜாஜி மூளை சாலி) காதலித்த போது - அதாவது தன் தகுதிக்கு மீறி ஆசைப்பட்டபோது, தனது குடிசை, கலாச்சாரம் ஆகியவற்றுக்காக அவமானப்படுகிறான். தன் காதலி தன் சாதியை அறிந்தால் அசிங்கப்பட்டு வெறுத்துவிடுவாள் என்பதற்காகச் சைவ முதலியார் என்று கூறுகிறான். இப்படிப் பொய், அசிங்கம், அவமானம், தாழ்வு, கேவலம், குற்றம், அநாகரிகம் ஆகிய அனைத்தோடும் தன் பிறப்பை இணைத்துக் கூறுகிறான். இறுதியில் காதலியிடம் தான் ஒரு பாவி, பறையன், தீண்டத்தகாதவன், பொய்யன் என்று நியாயாதியிடம் ஒரு குற்றவாளியைப் போல் வாக்குமூலம் தருகிறான். இந்த வாக்குமூலத்தைக் கேட்ட பார்ப்பனப் பெண், தனக்குச் சாதி பற்றி கவலையில்லை என்று ரொம்ப சாதாரணமாகக் கூறுகிறாள். ஆக, சிக்கல் எல்லாம் தலித்திடம்தான். மேல் சாதியிடம் இல்லை. மேல்சாதியார் இயல்பானவர்கள். தலித்துகள் ஊனமுற்றவர்கள். உயர்சாதி இலக்கிய சமத்காரம் இறுதியில் சொல்ல வருவது இதைத்தான். இக்கதையில் உயர்நிலையிலுள்ள பார்ப்பனப் பெண் இடம் பெயர்ந்து இறங்கி வந்தும், கீழ்நிலையிலுள்ள பறை ஆண்ட இடம் பெயர்ந்து உயரே வந்தும், சமத்கார விளையாட்டு நடைபெறுகிறது. இந்த விளையாட்டிற்குப் பலியாகிறவன் தலித்துதான். இறுதியில் அர்த்தநாரி சாமியாராக்கப்பட்டுச் சேரிக்கே அனுப்பப்படுகிறான். அன்று நந்தன் தீயில் எரிக்கப்பட்டான்.

ஜெயகாந்தன் பார்ப்பன - தலித் ஏற்றத் தாழ்வைக் கொண்டு வித்தியாசமான இலக்கிய சமத்கார விளையாட்டு விளையாடுகிறார். இவருடைய விளையாட்டில், ரயிலில் தவறிப்போன பார்ப்பனப் பெண் குழந்தை, பறையன் அம்மாசிக் கிழவனிடம் வளர்கிறது. (ஒரு பகல் நேர பாசஞ்சர் வண்டி) பருவமடைந்த அந்தப் பெண் ஊரார் பார்வைக்கு வேலைக்காரப் பறைச்சி. ஆனால் தோற்றத்தில் பாப்பாத்தி. பிறப்பால் பாப்பாத்தி. வளர்ப்பால் பறைச்சி. இந்த அடுக்கடுக்கான உயர்வு - தாழ்வு முரண்பாடுகள் இலக்கிய விளையாட்டுக்குச் சுவையூட்டுகின்றன. இறுதியில் பாப்பாத்தி ஒரு பார்ப்பன இளைஞனிடம் சேர்கிறாள் (பிரளயம்). விளையாட்டு வினையாகாமல் முடிகிறது.

புதுமைப்பித்தன் இந்த விளையாட்டில் சாம்பியன். பறையன் கருப்பனின் மகளை, காந்திவாதியான ஒரு பார்ப்பன இளைஞன் சந்தர்ப்பவசத்தால் கூடிக்கலக்கிறான். அவளை முறைப்படி திருமணம் செய்ய முடிவு செய்கிறான். கீழ் மேல் இடப்பெயர்ச்சி விபரீத விளையாட்டாகி விட்டதாலோ என்னவோ, விளையாட்டை வளர்த்துவானேன், அந்தப் பெண்ணும் இளைஞனும் பெண்ணின் அண்ணனும் திடீரென்று கொல்லப்படுகிறார்கள். "மூவரின் இரத்தங்கள் ஒன்றாய்க் கலந்தன; ஒன்றாய்த்தான் இருக்கின்றன. இறந்த பிறகாவது சாத்தியமா? (பு.பி 1987: 747) என்று கேட்கிறார் பு.பி. "சமுதாயத்திற்குப் பலிதான். அதை யார் நினைக்கிறார்கள்" என்று 'பிலாத்து' போலக் கையைக் கழுவுகிறார் புபி. இங்கேசிறுகதையின் இலக்கிய - இலக்கண அமைதிகாக்கப்படுவதற்காகத் தலித்துகள் கொலை செய்யப்படுகிறார்கள். ரொம்ப மலிவான உயிர்கள் தலித்துகளும், பெண்களும், கருப்பர்களும், அலிகளும் தானே!

இந்த விளையாட்டு, பார்ப்பன வேளாளரின் நவீன எதார்த்த வகைக் கதைகளில் ஆசிரியனின் மனிதாபிமானத்தை அலைய விடுவதற்கு ஓர் உபாயமாகவும் இருக்கிறது. இந்த இலக்கிய மனிதாபிமானம் எதார்த்த நிலைமையில் வினையாற்றிக் கொண்டிருக்கிற கடுத்தமான முரண்பாடுகளை ஆசிரியனின் இஸ்டத்துக்குக் கையாளச் செய்கிறது. இந்த இலக்கிய மனிதாபிமானம் படிப்பவர்களை உச்சுக்கொட்டச் செய்கிறது. முரண்பாடுகளின் வேர்கள் வரை இந்த மனிதாபிமானம் போகாது. அவற்றை மூடி மறைக்கும் விளையாட்டைத் தான் செய்யும். இந்த விளையாட்டால் தலித்தியத்தின் புரட்சிகர அரசியலை நெருங்க முடியாது. நெருங்கினால் ஆபத்து.

புதுமைப்பித்தன், ஒரு எதார்த்தவாத எழுத்தாளர் என்ற விதத்தில் (இவரே தமிழின் எதார்த்தவாத எழுத்தை மீறிய முதல் எழுத்தாளரும் கூட!), ஒரு வேளாளர் என்ற வகையில் தலித்துகளைப் பற்றி அவராக உருவாக்கிக் கொண்ட அல்லது பார்ப்பன-வேளாள மரபு வழங்கிய எதார்த்தத்தை இலக்கிய சமத்கார விளையாட்டிற்குப் பயன்படுத்தியுள்ளார். தலித்துகள் குறித்த எதார்த்தச் சித்திரிப்பில் அவருடைய தேர்வு நோக்கத்தக்கது. இதில், இவருக்கு, தலித் வாழ்வின் ஒரு பகுதியாக ஆக்கப்பட்ட தாழ்வு மனப்பான்மையே மொத்த தலித் வாழ்வாகப் பதிந்துள்ளது. 'புதிய நந்தன்' கதையில், சந்தர்ப்பச் சூழ்நிலையால் கலந்துவிடும் பார்ப்பனன், பறைச்சி ஆகிய இருவரின் மனநிலை பற்றி இப்படி எழுதுகிறார்: "ராமநாதனுக்குப் பாவம் செய்த நினைப்பு, கருப்பன் மகளுக்குச் சின்னப் பண்ணையின் தயவு கிடைத்ததில் திருப்தி" (பு.பி 1987-747). அவளை அவன் மணந்து கொள்ள வாக்குக் கொடுத்தபோது, "அதெப்படி முடியும் சாமி?" என்று சிரித்தாள்." என்று பு.பி. எழுதுகிறார். உயர்சாதி ஆணுக்குத் தலித் சாதிப் பெண்ணைக் கூடுவது பாவம், தலித் பெண்ணுக்கு அதுவே தயவு;

திருமணம் என்பது தமாஷ்! இது தான் புபி படைக்கின்ற எதார்த்தம். மேல்சாதிக்காரன் இறங்கி வந்து கலியாணம் செய்யத் தயார் என்றாலும், கீழ்ச்சாதி அதற்குத் தயாராக இல்லை. இதுதான் எதார்த்தம். இப்படி ஒரு எதார்த்தத்தைப் புபி. 'கடவுளின் பிரதிநிதி' என்ற கதையிலும் படைத்துள்ளார். அரிசனங்களுக்கு ஆலயப் பிரவேசம் தேவை என்று **ஊர்ப் பார்ப்பனரைக் கேட்ட பார்ப்பனரைச் சேரிப்பறையர்கள்,** "சாமிகளுக்குச் சமானமாய்க் கோவிலுக்குள் தங்களைப் போகச் சொன்னால் கண் அவியாதா?" *(புபி 1987; 795)* என்று சொல்லிக் கல்லால் எறிகிறார்கள்.

புபி. படைத்த இந்த தலித் எதார்த்தங்கள் எப்படிப்பட்ட உள் பரிமாணங்களைக் கொண்டிருக்கின்றன என்பதை எதார்த்த இலக்கியத்தின் மனிதாபிமான அழகியலால் உணர முடியாது. மேலிருந்து திணிக்கப்பட்ட மேற்சாதி காந்தியத்திற்கும் தலித்தின் வாழ்க்கைச் சிக்கலுக்கும் என்ன சம்பந்தம் இருக்க முடியும் என்பதை உயர்சாதி அரசியலால் பரிசீலிக்கத் தோன்றவில்லை. அது, அதுக்குத் தேவையுமில்லை. தலித்தின் மீட்சியை உயர்சாமி தான் வழங்க முடியும். அதற்கு அதுதான் தகுதி பெற்றது, இந்த முயற்சியை ஏற்பது தலித்தின் கடமை. இப்படித்தான் இது, தலித் சிக்கலைப் பார்க்கிறது. தலித்துக்கு என்ன தேவை என்பதை தலித்துத்தான் தீர்மானிப்பான். தலித்தை ஒடுக்கியவர்கள் தீர்மானிக்கத் தேவையில்லை. எதார்த்த இலக்கிய சம்பிரதாயங்கள் இங்கே பார்ப்பன - வேளாள மரபுக்கு உகந்ததாக உருவாக்கப்பட்டிருக்கிற போது, இவற்றால் தலித் எதார்த்தத்தைத் தங்கள் பார்வையில்தான் படைக்க முடியுமே தவிர வேறு எப்படி முடியும்?

இருக்கிற சாதிய எதார்த்த நிலைமைகள், பார்ப்பன - வேளாள நலனுக்கு உகந்ததாக, அதனால் கையாளத்தக்கதாக இருக்கின்றன. இந்தச் சாதிய எதார்த்த நிலைமையில், தலித்துக்கள் தன்னிலைகளாக, சுய ஆதீனம் பெற்றவர்களாக இல்லை; பிறரால் கையாளத்தக்க பொருட்களாக, சாதனங்களாக, கருவிகளாக, உபகரணங்களாகக் கருதப்பட்டிருக்கிறார்கள். இந்நிலையில், பார்ப்பன-வேளாளப் பார்வை இவர்களைத் தங்கள் எதார்த்த வகைக் கதைகளில் வேறு எப்படி நோக்கும்?

தங்களைப் பொருட்களாக்கிய சாதிய எதார்த்தத்தை நோண்டாமல் எப்படி தலித்துகளால் தன்னிலை பெறமுடியும்? பார்ப்பன - வேளாள எதார்த்தவகைக் கதைகளைப் போல மேம்போக்கான பொதுப்புத்திக்குச் சரியாகத்தான் இருக்கிறது என்று பழக்கப்படுத்தப்பட்ட எதார்த்தத்தை உள்ளவாறு பிரதிபலிப்பது தலித்துக்குத் தற்கொலைக்குச் சமமானது. 'எல்லாம் சரியாகத்தான் இருக்கு' என்ற மனப்பழக்கத்தைத் தொந்தரவு செய்யாமல் தலித் இலக்கியம் பிறக்காது. இந்த விதத்தில், இது பார்ப்பன-

வேளாளரின் எதார்த்தவகை நவீனத்துவ இலக்கியத்திலிருந்து மாறுபட்டு, புரட்சிகர நவீனத்துவ இலக்கியமாக உருவெடுக்கும். இதன் முதல் தாக்குதல் எதார்த்தவகை இலக்கியத்தின் மீதாகத்தான் இருக்கும். கொடுமையான முரண்பாடுகளைக் கொண்டு எதார்த்தத்தைப் பிரதிபலிக்கிறேன் பேர்வழி என்று சொல்லிக்கொண்டு அதன்மீது மனிதாபிமான வீச்சம் வீசுகிற சமத்கார விளையாட்டை விளையாடிக் கொண்டிருக்கிற இலக்கியத்தைத் திருப்பி அடிக்காமல் வேறென்ன செய்வது? சொல்லுங்கள். வேறென்ன செய்வது?

3. தலித் மற்றவர் உயர்வுக்கு உரைகல்

பார்ப்பன - வேளாளப் படைப்புகளில் தலித்துகள் தாங்களே தங்கள் அருகதையின்மையை உயர்சாதியாரிடம் வாக்குமூலமாகத் தந்து, தங்களையே சபித்துக் கொள்ளுவதாகப் படைப்பது உயர் சாதி அரசியலின் ஒருவிதம். இது, தொடக்கக் காலத் தமிழ்ப் பார்ப்பனர் - வேளாளர் கதைகளில், கட்டுரைகளில் வேறுவிதமாக வெளிப்பட்டுள்ளது. அக்காலத்தில் படித்து மேற்கத்திய மயமான பார்ப்பன இளைஞர்கள், தங்களுடைய ஆசாரம் மீறிய முற்போக்கை நிரூபிக்கும் உரைகல்லாகத் தலித்தின் தாழ்ந்தநிலை பயன்பட்டது.

'தில்லை கோவிந்தன்' நாவலில், சென்னை நகரத்தில் தனது நாத்திகச் சிற்றப்பாவுடன் தங்கிப் படித்த பார்ப்பன இளைஞன் கோவிந்தன், தான் மேற்கத்திய மயமானவன், சாதி, ஆசாரங்களை மீறியவன் என்பதை நிரூபிப்பதற்காக, பறையர் நடத்திய சிற்றுண்டிச் சாலைகளில் சாப்பிடத் தொடங்கியதாக அ. மாதவையா எழுதியுள்ளார். (அ.மா. 1944: அதி 10.). அதனை ஊர்ஜிதம் செய்கிறார் மறைமலையடிகள். ஆங்கிலம் படித்த சில பார்ப்பனர்கள் குசினிக்காரப் பறையர் வைத்திருந்த சாப்பாட்டுக் கடைகளில் காப்பி வாங்கி குடித்தார்கள் (மறைமலை, 1968:15-16). அக்கால வங்காளத்திலும் முற்போக்குப் பார்ப்பன இளைஞர்கள் மாட்டிறைச்சி சாப்பிட்டதாகக் கூறுவார்கள்.

இதில் கவனிக்க வேண்டியது - ஒன்று நாத்திகம், சாதி ஆசாரம் மீறல், மாட்டிறைச்சி, ஆகிய 'எதிர்மறை' அம்சங்களோட தலித்துகள் சேர்க்கப் படுவது; ரெண்டு, பார்ப்பன இளைஞர்களின் முற்போக்கிற்கு உரைகல் போல தலித்துகள் பயன்படுவது. பார்ப்பனர் சாதி வரிசையில் உயர்ந்தவர்கள், சுத்தமானவர்கள் என்பதற்குத் தேவைப்படுகிற அதே தலித் சாதிதான், பார்ப்பனர்கள் முற்போக்கானவர்கள் என்பதை நிரூபணம் செய்வதற்கும் தேவைப்பட்டிருக்கிறது! தலித் சாதி இவர்களுக்குக் கருவி. தங்கள் உயர்வை, முற்போக்கைச் சரிபார்த்துக் கொள்ள தலித் ஒரு அளவுகோல்.

4. தலித் என்றாலே இழிவு

பார்ப்பன - வேளாளர் கதைகளில், சகல இழிவுகளுக்கும் தலித்தையே உதாரணமாகக் கூறும் உயர்சாதி அரசியல் தவறாமல்

இடம்பெறும். குறிப்பாகத் தொடக்ககாலக் கதைகளில் இது மிக வெளிப்படையாக இடம் பெறும். வி.கோ.சூ. சாஸ்திரியார் கதையில் ('மதிவாணன்') வில்லன் போடும் மாறு வேடங்களில் பிச்சைக்காரன், பெண், பறையன் காணப்படுகின்றனர். (வி.கோ.சூ. 1902) வில்லன் பாத்திரத்திற்கும், அது போடுகிற மாறுவேடங்களுக்கும் இடையில் குணரீதியான சம்பந்தம் உண்டாக்கப்படுகிறது. பழைய 'பெருங்கதை' என்ற தமிழ்க் காப்பியத்தில் ஒரு பெண் மாறுவேடம் போடும்போது கிறுக்கி வேடம் போடுவது குறிக்கப்பட்டுள்ளது. இதே காப்பியத்தில் அறத்தின் பக்கம் நிற்பவர்கள் பார்ப்பனர்களாக மாறுவேடம் போடுகிறார்கள். வேறு காப்பியங்களிலும் இதே நிலைதான். தலித் எப்போதும் தீமை, இழிவு, பாவம் ஆகியவற்றோடுதான் சம்பந்தப்படுத்தப் பட்டு வந்துள்ளான்

தொடக்ககால நாவல், நாடகங்களில் பார்ப்பன - வேளாள எழுத்தாளர்கள் பாத்திரப் பேச்சைக் கையாண்டபோது ஒரு முறையைத் தவறாமல் பின்பற்றினார்கள். பெரியவர், நல்லவர், கதை நாயகர் பேச்சு செந்தமிழிலும், சிறியவர், கீழோர், வேலைக்காரர், கீழ்ச்சாதியோர் பேச்சு பேச்சுத் தமிழிலும் இருந்தன. செந்தமிழ் உயர்ந்தது, பேச்சுத் தமிழ் தரங்குறைந்தது என்ற 'சாதி' மனப்பான்மை இங்கு வெளிப்பட்டிருக்கிறது.

5. கிறித்துவ, இசுலாகிய மதமாற்றம்

வெள்ளைக்காரனின் அறிவு, அவனுடைய தாராளவாத பண்பாடு காரணமாகக் கவரப்பட்ட பார்ப்பன - வேளாள அறிவாளிகள் இந்து சமூக ஆசார சீர்திருத்தத்தில் ஆர்வம் காட்டினார்கள். இவர்களுடைய ஆர்வம் தலித்துகள் மீதும் விழுந்தது. இவர்களில் சிலர் எழுதிய கதைகளில், தலித்துகளே கிறித்தவ மதம் மாறியது கவனிக்கப்பட்டது. தலித்துகள் கிறித்துவ மதம் மாறி, படித்து, உத்தியோகம் பார்ப்பது அவர்களுக்கு விடுதலை என்று ஒரு பக்கம் கூறினாலும், இன்னொரு பக்கம் தலித்துகள் இப்படி கூட்டம் கூட்டமாக இந்து மதத்திலிருந்து வெளியேறுவதால் மதம் அழியுமே என்ற எச்சரிக்கை உணர்வையும் வெளிப் படுத்தினார்கள். (தலித்துகள் இந்துக்கள் அல்ல என்று கூறினாலும் பார்ப்பன - வேளாளர்கள் விடமாட்டோம் என்கிறார்கள்).

நூற்றாண்டுக் கணக்கில் சாதி அமைப்பில், மீட்சிக்குக் கதியற்றுப் பிறப்பு முதல் இறப்பு வரை அடிமைகளாக நசுக்கப்பட்ட தலித் சாதி மக்களுக்கு வரலாற்றில் முதன் முதலாக ஒரு அந்நிய வெள்ளைக்கார ஆட்சியில் தானே மேல் நோக்கிய இயக்கம் சாத்தியமாயிற்று. உயர் சாதிகள் மூஞ்சியில் கரியைப் பூசிக் கொள்ளட்டும்! வெள்ளைக்காரன் கொண்டுவந்த புதிய சட்டமும், கல்வியும், உத்தியோகமும், நகர்ப்புற

வாழ்வும், கிறித்தவ மதமாற்றமும், புதிய துரித எந்திர போக்குவரத்தும் தலித்துகளுக்கும் உடைமைக்கு உரிமை தரும் வாய்ப்புகளை ஏற்படுத்திக் கொடுத்தன. இந்த விசயத்தை அ. மாதவையா தமது கதைகளில் திரும்பத் திரும்பக் கூறியுள்ளார். இவர் பார்ப்பனராய் இருந்தும் (இவருடைய மூதாதையர் ஆந்திர பிராமின்ஸ். அதனால்தான்!) புதிய வாய்ப்புக்களால் சமூக கௌரவம் பெற்ற கிறித்தவ தலித்துகளைக் கொண்டாடி, இவர்களிடம் தங்கள் பருப்பு வேகாத பார்ப்பன ஆஷாடபூதிகளைப் பகடி பண்ணினார். பகுத்தறிவும் ஒழுக்கமும், நவநாகரிகமும், மனிதாபிமானமும் சமத்துவ எண்ணமும் கொண்ட கனவான்களாக வாழ வேண்டும். காலத்திற்கு ஒவ்வாத பழைய அனாச்சாரங்களையும், பார்ப்பனர்கள் கைவிட வேண்டும் என்று தலைபாடாக அடித்துக் கொண்டார். ஒரு சில சமயங்களில், கேடுகெட்ட பார்ப்பன ஆச்சாரங்களிலிருந்து தப்பிக்க இளம் பார்ப்பனர்கள் கிறித்தவ மதத்திற்கு மாறினால் தேவலாம் என்றுகூடக் கதைகளில் எழுதினார். (இவருடைய பார்ப்பன எதிர்ப்பை சகிக்க முடியாத நவீன இலக்கிய விமர்சன பார்ப்பனர் ஓரிருவர், இவருடைய இலக்கிய சாதனையையும், தகுதியையும் பற்றிப் பேசுவதில்லை. பேசினாலும் உப்புக்குச் சப்பில்லாதபடி பேசுகிறார்கள்) பத்தாம் பசலியான பார்ப்பனரின் கபடத்தையும், வேடதாரித்தனத்தையும், கிறித்துவ மதம் மாறிய தலித்துகளிடம் இவர்களுடைய பார்ப்பனத் திமிர் செல்லுபடியாகாத, கையால் ஆகாத்தனத்தையும் கதைகளில் எள்ளி நகையாடினார்.

'குதிரைக்காரன் குப்பன்' என்ற கதையில், அக்கிரகார வீதி பற்றி மாதவையா, "நாய்கள், கழுதைகள், பன்றிகள் தாராளமாகப் போய்வரும் பாலூர் அக்கிரகார வீதியில் பஞ்சமர் எவரும் எந்நாளும் காலெடுத்து வைத்ததில்லை" என்று தமக்கேயுரிய நக்கலோடு தொடங்குவார் (மாதவையா 1924: 2). இப்படிப்பட்ட வீதியில் ஒரு நாள் குதிரை மேலேறி சப்-கலெக்டர் துரைவர, அவர் பின்னே குதிரைக்காரன் பறையன் குப்பன் ஓடி வருகிறான். சப்- கலெக்டர், துரை, ராஜப் பிரதிநிதி, விஷ்ணுவின் அம்சம் என்பதால் அவர் மிலேச்சன் என்றாலும் பாதகம் இல்லை என்று சகித்துக் கொண்ட (வேறு வழி!) அக்கிரகாரத்தார், குப்பன் செய்த அபசாரத்துக்கு அவன் அப்பன் சுப்பனுக்குத் தண்டம் விதிக்கிறார்கள். இதை அறிந்த கலெக்டர் துரை, தண்டனையை ரத்து செய்கிறார். இதனைத் தொடர்ந்து பாலூர் பறைக் குடும்பங்கள் கிறித்தவ மதம் மாறி ஊரை விட்டு வெளியேறி சத்தியவேதபுரத்துக்குக் குடியேறுகிறார்கள். அதன் பிறகு, பஞ்சமர்க்குப் பார்ப்பனர் பணிந்து போகிறார்கள். குப்பனிடம் பார்ப்பனச் சாதி அதிகாரம் பலிக்காமல் போனதற்கு அவன் கிறித்தவ மதம் மாறியதே என்கிறார் மாதவையா. அவனுடைய கிறித்தவ தலித் மனைவி, புடவை, ரவிக்கை உடுத்திப் புத்தகத்தைக் கையில் பிடித்து வேதக் கோயிலுக்குப் போய் வருகிறாள். இப்படி

எழுதுவது மாதவையாவுக்குக் குதூகலமாக இருந்திருக்கிறது. "தந்தையும் மகனும்" (1924) கதையில், இதே கருத்தை பனையேறிக்கள்ளிறக்கும் சாணார் சாதியாரைக் கொண்டு (அப்போது இவர்கள் தீண்டத்தகாதவர்கள்) வலியுறுத்தியுள்ளார் மாதவையா. எந்தச் சாணாரை அவர் என்னதான் ரங்கூனுக்குப் போய் பணக்காரராகி வந்தாலும், அக்கிரகார வீதியில் நடக்கத் தடை செய்தார்களோ, அதே சாணாரின் மகன் படித்துப் பட்டம் பெற்று, உடன் படித்த கிறித்தவப் பார்ப்பனப் பெண்ணைக் கிறித்துவ மதம் மாறி கலியாணம் பண்ணி, தாசில்தாராகி, இப்போது (குதிரை மேல் பவனி வந்தபோது) பார்ப்பனர் யாரும் ஆட்சேபிக்கவில்லை. ஏனெனில் "அவர் கிறித்தவரே" என்று மாதவையா காரணங் கூறியுள்ளார்.

இதே விஷயத்தை 'தில்லை கோவிந்தன்' நாவலில் ஓரிடத்தில் கூர்மை யாக எடுத்துக் கூறியுள்ளார். (மாதவையா: 1944; அதி. 3) தீட்சிதர் எதுக்க வந்தால் தீண்டத்தகாத சாணான் வழி விட்டு ஒதுங்கி ஒழிந்து, அவர் போன பிறகு போக வேண்டியது சாதி வழக்கம். ஆனால் இந்த வழக்கத்தை கிறித்தவ மதம் மாறிய ஒரு சாணார் இளைஞன் பொருட்படுத்தவில்லை. வேறு வழியின்றித் தீட்சிதர் பொருட்படுத்தி வரப்பிலிருந்து ஒதுங்கியதால் காலில் விச முள் வசமாகக் குத்தி விடுகிறது. இதற்குக் காரணமாக இருந்ததாக அந்த இளைஞனை ஊர் மறவர்களை ஏவி அடித்து நொறுக்குகிறார் (தொட்டால் தீட்டு). அடிபட்ட இளைஞன் சும்மா இருப்பானா? ஓர் ஐரோப்பியப் பாதிரியாரின் துணையோடு சர்க்கார் கோட்டில் வழக்காடி ஜெயிக்கிறான். சப்-மாஜிஸ்ரேட்டாக இருந்த ஒரு பார்ப்பனராலே தீட்சிதருக்கு அபராதம் விதிக்கப்படுவதுதான் வேடிக்கை!

புதுமைப்பித்தனின், 'நாசக்காரக் கும்பல்' என்ற சிறுகதையில், பிள்ளைமார் வீட்டு எழவுக்கு சங்கு ஊதும் சாதி வழக்கத்தை மறுத்த நாவிதர் ஒருவர் பிள்ளைமார் ஏவலால் மறவர்களால் உதைக்கப்படுவதைக் குறிப்பிட்டுள்ளார். மனைவியோடு நாசக்காரக் கும்பல் வாழும் ஊரை விட்டு வெளியேறிய நாவிதர் இசுலாமிய மதத்திற்கு மாறுவதாக புபி எழுதியுள்ளார். கிறித்தவமும், இசுலாமும் அன்று இந்துச் சாதி வெறியரின் தாக்குதல் ளிலிருந்து தலித்துகள் தப்புகின்ற புகலிடமாக விளங்கியதைப் புரிந்து கொள்ளலாம்.

தலித்துகள் எதற்காகக் கிறித்துவ மதத்திற்கு மாறினார்கள் என்பதை மாதவையா, 'முத்து மீனாட்சி' நாவலில் படித்த இளைஞன் கடிதம் வழியாக இப்படிக் கூறுகிறார்: (மாதவையா 1981: 84-85).

"இப்பொழுது பள், பறை, சாணார் முதலிய 'கீழ்ச்சாதிகள்' இருக்கிறார்களே அவர்களை உலகம், அதாவது மேற்சாதிக்காரர்கள் அதாவது முக்கியமாய்ப் பிராமணரும், வேளாளரும் உபத்திரவப் படுத்துகிறார்கள். கீழ்ச்சாதிக்காரர் உழுது பயிர் விளைத்தால்தான் மேல்

சாதி பிராமணர் முன்போல வேதமே ஓதிக் கொண்டிருந்தால் கீழ்ச் சாதிக்காரரும் பணிந்து உழுவார்கள். 'நான் உத்தியோகம் பண்ணுகிறேன். நீ முன் போலே இரு' என்றால் சரிப்படவில்லை. இவர்கள் உபத்திரவம் பொறுக்க முடியாமல், இவர்கள் சாதிக்கட்டில் மேற்கிளம்ப முடியாமல் அவர்கள் ஆயிரக்கணக்காய் கிறித்துவ வேதத்தில் சேருகிறார்கள். ஹிந்துவான பறையன் தான் கிட்ட வரக்கூடாதே ஒழிய, கிறித்தவன் ஆகிவிட்டால் வரலாம்."

பார்ப்பன வேளாளர்கள் மரபான சாதி அதிகாரத்தோடு, புதிய வர்க்க அதிகாரத்தையும் அபகரித்து, தலித்துகளை என்றென்றும் மலிவான கூலிகளாக வைத்திருக்கும் விசயத்தை மாதவையா அம்பலப்படுத்தியுள்ளார். வெள்ளைக்காரன் அனுமதித்தாலும் இந்த உள்ளூர் சாதிக் கொள்ளைக் காரர்கள் அனுமதிக்கமாட்டார்கள்.

மறைமலை அடிகளும், தலித்துகள் சாதி வெறியர்களின் கொடுமைக்கு அஞ்சி நூறாயிரக்கணக்காக துருக்க மதத்திற்கும், கிறித்துவ மதத்திற்கும் மாறுவதாகவும், இந்தியாவில் மூன்றில் ஒரு பகுதியினர் இப்பிடிப் பிற மதங்களுக்கு மாறியதாகவும் எழுதியுள்ளார். (மறைமலை. 1968: 129). சோத்துக்காக தலித்துகள் இப்படி மதம் மாறியதாகக் கேலி பேசியவர்களிடையே இப்படி ஒரு சிலர், தீண்டாமைக் கொடுமையிலிருந்து தப்பி, இயல்பான சமமான மனிதர்களாக உரிமை பெற்று வாழும் உந்துதலால் தான் மதம் மாறினார்கள் என்ற வரலாற்று உண்மையைப் பதிவு செய்துள்ளார்கள்.

மதமாற்றத்தால் தலித்துகளுக்கு விடிவு காலம் வந்ததாகக் கூறும் இவர்களுடைய கருத்தில் இரண்டு முரண்பட்ட விசயங்கள் இருப்பதை மறந்து விடக்கூடாது.

(i). ஆயிரக்கணக்கில் தலித்துகள் கிறித்தவ மதத்துக்கு மாறியது சாதி இந்துக்கள் வயிற்றில் புளியைக் கரைத்தது. இந்துமதமும் அழியக் கூடாது, தலித்துகளும் தேவை. சீர்திருத்தம் பேசிய சீமான்கள் இந்துச் சனாதானிகளைக் கொஞ்சம் விட்டுக் கொடுக்கச் சொன்னார்கள். தலித்துகளைச் சாதி வித்தியாசம் பாராமல் நடத்தச் சொன்னார்கள். சாதி அமைப்புக்கு எந்தவிதத்திலும் பாதகம் வராதபடி தலித்துகளுக்குச் சலுகை வழங்கச் சொன்னார்கள். ஆங்கிலேய அரசை எரிப்பதற்குக் கிறித்தவ மத மாற்றத்தை முக்கிய ஆயுதமாக இந்துத்துவ அரசியல் வாதிகள் கையாண்டார்கள். கிறித்தவ மதம் வளர்ந்தால் வெள்ளைக் காரன் ஆட்சியும் கலாச்சாரமும் நிரந்தரமாகிவிடும் என்பதால் மத மாற்றத்தை எதிர்த்தார்கள். "ஹிந்துக்களது மூடத்தனமான பொறா மையால் கிறித்தவமதம் இலாபமடையட்டும்" என்று மாதவையா எச்சரித்தது பின் எதற்காகவாம்? (மாதவையா. 1981:85).

(II). இவர்கள் பயந்தது போல ஏதும் நடக்கவில்லை. ஒரு குயுக்தி பண்ணினார்கள். கிறித்தவ மதத்தையும் இந்து மதத்தின் மற்றொரு பிரிவு போல ஆக்கினார்கள். தலித்துகள் மட்டுமே கிறித்தவம் மாறியபோது நிலைமை வேறு. அப்போது கிறித்தவ மதம் பறையர் மதமாகக் கூறப்பட்டது. ஆனால் பிறகு வெள்ளக்காரன் ஆட்சி அதிகாரம், உத்தியோகம், சொத்து, நிலம், உடைமை முதலானவற்றைக் கைப்பற்றும் உபாயமாகச் சாதி இந்துக்கள் குறிப்பாகப் பார்ப்பன - வேளாளர் கிறித்தவ மதம் மாறும் முன் வந்தார்கள். இவர்களுக்கு ஆசை காட்டியவர்கள் தத்தவபேதக சாமியும், விஸ்கியும், (மன்னிக்கவும்) பெஸ்கியும். இந்து மதத்தில் ஊத்தைச் சாதி வரிசை எப்படி இருந்ததோ அந்தப் படிக்கே கிறித்தவ மதத்திலும் அனுசரிக்கலாம் என்று இவர்கள் போப்பாண்டவரிடம் அனுமதி பெற்றார்கள். செம்படவர்களையும், உடல் ஊனமுற்றவர் களையும், நோயாளிகளையும், குழந்தைகளையும், சமானியர்களையும் பெண்களையும் ஆதரித்த ஏசுவின் கிறித்துவமதம் சாதிமதமாக்கப்பட்டது. தீண்டாமை பாராட்டும் மதமாகியது. தலித் கிறித்தவர்களைச் சாதி கிறித்தவர்கள் சகோதரர்களாக நடத்தாமல் சாதித் திமிரோடு நடத்தினார்கள். இன்றுவரை இந்த நிலை தொடர்கிறது - குறிப்பாக போப்பாண்டவரின் தலைமையில் உள்ள கத்தோலிக்கக் கிறித்தவ மதத்தில்.

கிறித்தவத்தில் தீண்டாமை குறித்து மாதவையா 1920-களின் முற்பகுதியில் சுட்டிக் காட்டினார். தாமஸ் கே. என்பவர் ஆரிய-திராவிட (பார்ப்பன-வேளாள) கலப்பில் பிறந்த கிறித்தவர். யுரேஷிய வாழ்க்கை முறையை மேற்கொண்டவர். தம்முடைய ஒரே மகளை கிறித்தவ மதத்தைச் சேர்ந்த மாப்பிள்ளைக்குக் கல்யாணம் பண்ணி வைக்க முடிவு செய்து, பீட்டர் சாமுவேல் என்ற இளைஞனை முடிவு செய்கிறார். ஆனால் "தன் மனதுக்கிசைந்த மாப்பிள்ளையான பீட்டர் சாமுவேலின் சரீரத்திலுலாவும் இரத்தத்தில், சுந்தரர், அப்பர் மரபினோர் இரத்தக் கலப்பிலும், திருநாளைப் போவார், ஏனாதிநாயனார் மரபினர் இரத்த சம்பந்தமே அதிகம் என்பதை அறிந்தவுடன் காரியம் மேற்போகாமல் அவர் தடுத்துவிட்டார்" என்று மாதவையா கிண்டல் செய்துள்ளார் (மாதவையா 1978: 323-24). புதுமைப்பித்தனும் இவருக்குச் சளைத்தவரில்லை. இதற்கு இவருடைய 'புதிய நந்தன்' சாட்சி. வேளாளக் கிறித்தவர் ரெவரெண்ட் ஜான் ஐயர், 'பாவாடை என்ற பறைச்சிறுவனை தானியேல் ஜான் என்று கிறித்தவனாக்கிப் படிக்க வைக்கிறார். அவனுக்குப் படிப்பும் ஏறியது. கூடவே ஜான் ஐயரின் மகள் மீது காதலும் ஏறியது. "கிறித்துவ சமுதாயத்தில் இந்துக் கொடுமைகள் இல்லை என்று ஜான் ஐயர் போதித்ததை நம்பி ஜான் தானியேல் ஒருநாள் ஐயரிடம் நேரிலேயே தன் கருத்தை வெளியிட்டான். 'பறக் கழுதை, வீட்டை விட்டு வெளியே இறங்கு' என்று கழுத்தைப் பிடித்து நெட்டித் தள்ளினார்' என்று மதம் மாறிய கிறித்தவத்தில்

நிலவிய தீண்டாமையைப் புபி.எடுத்துக்காட்டியுள்ளார். (புபி 1987:714). இவ்வகையில் கிறித்தவத்தில் தீண்டாமை பற்றி நாவல் படைத்த ஈழத் தலித் எழுத்தாளர் டானியலுக்கு மாதவையாவும் புதுமைப்பித்தனும் முன்னோடிகளாவார்கள். இன்றைக்குக் கிறித்தவத்தில் நிலவும் தீண்டாமைக்கு எதிராகத் தலித் கிறித்தவர்கள் போர்க்கொடி தூக்கிவிட்டார்கள். இம்மக்களுக்கு எதிராக வேளாளக் கிறித்தவர்களும், குருக்களும், கன்னியர்களும், பசப்புகளும் (மன்னிக்க!) பிசப்புகளும், சாதிக் கொடுக்கைத் தூக்கிவிட்டார்கள்.

6. இந்து மதத்துக்குள்ளேயே தலித்துக்குத் தீர்வு

பார்ப்பன வேளாளர் கதைகளில் வெளிப்படும் உயர்சாதி அரசியலின் உச்சநிலையாக ஒன்று காணப்படுகிறது. இந்துச் சாத்திரத்திற்குள்ளேயே - சாதி அமைப்பிற்கு உள்ளேயே - இந்துக் கர்மக் கொள்கைக்குள்ளேயே - மறுபிறப்பு என்ற இந்துச் சித்தாந்தத்துக்குள்ளேயே தலித்துக்களின் மீட்சியும் பரிகாரமும் கூறுகிற உலக மகா ஜோக்கை மூதறிஞர் ராஜாஜி எழுதிய 'புனர்ஜன்மம்' என்ற நீண்ட கதையில் காணலாம். இக்கதையில், தலித்துக்கள் மீது நடத்தப்படும் சாதிய வன்முறைக்கு 'பகவத்கீதையில்' கூறப்பட்ட புனரபிஜனனம் அடிப்படையில் சமாதானம் கூறப்படுகிறது. மகனைக் காப்பாற்றி ஆத்துக்குள் கொண்டுவந்த பறைச் சிறுவன் காலைப் பார்ப்பனத் தாய் ஒடிக்கிறாள். காரணம் தீட்டு. இந்தப் பாவத்தின் பலனாக, பார்ப்பனத் தாய் சீதபேதி வந்து செத்துப் போகிறாள். பிறகு அவளே மறுபிறப்பில், தன்னால் கால் ஒடிபட்ட தலித்துக்கு மனைவியாகப் பிறக்கிறாள். இப்போது டாக்டராகிவிட்ட அவனுடைய மகன், தலித்துவின் மனைவியாக ஜன்மித்தவள் தன் தாய் என்பதை பகவத் கீதையின் இரண்டாம் அதிகாரம், 22-ஆவது சுலோகத்தில் உணர்ந்து தாய் செய்த தவறுக்குப் பரிகாரமாக தலித் தம்பதிகளைத் தன் வீட்டிலே குடியிருத்துகிறான். தனது சகோதர - சகோதரியாக பாவிக்கிறான். (வேலைக்கு ஆட்கள் வேணுமே)

எந்த பகவத் கீதை, வருண உயர்வு-தாழ்வு தருமத்தை உபதேசிக்கிறதோ அதைக் கொண்டே தீண்டாமை பாராட்டியதற்கான தண்டனையும், பரிகாரமும் வழங்கியிருப்பது பேரதிசயம். இந்த அதிபுத்திசாலித்தனம் வேறு யாருக்கும் வராது. உயர்சாதி அரசியலின் உச்சமாக இதனைக் கருதலாம். இதன் படி தலித்துக்கு இழைத்த பாவத்தின் பரிகாரமும் பிறவிகள்தோறும் ஒத்திப் போடப்படுகிறது. ஒரு பார்ப்பனப் பெண்ணுக்குத் தண்டனை பறைச்சியாய்ப் பிறந்து வேளாளக் கவுண்டர்களிடம் அடிபடுவது என்று கூறிய இராஜாஜியால், ஒரு பறையனோ, பறைச்சியோ பார்ப்பனராக புனர்ஜன்மம் எடுப்பதாகக் கதையில் கூட எழுத முடியவில்லையே - அப்புறம் என்ன இதுக்கு தலித்துக்கு விமோசனம் பத்தி நொட்டணுமாம்? இந்தப் பிறவியில் தலித்துகளாகப் பிறந்து தீண்டாமையால் கொடியவன் முறைகளுக்கு ஆளாகிக் கொண்டிருக்கிற சனங்களெல்லாரும்

இராஜாஜியின் பகவத் கீதை பிரகாரம் போன பிறவியில் தலித்துகளுக்கு எதிராக ராங்கித்தனம், ரவுடித்தனம் பண்ணிய பார்ப்பனர்களோ? அப்படியானால் தலித் பிறப்பு என்பது பாவத்துக்குத் தண்டனையாகக் கிடைத்த பிறப்பல்லவா? இந்து சனாதனத்தில் தண்டனைகளே உண்டு, பரிசுகள் கிடையாது.

7. தலித் மீது வன்முறை

பார்ப்பன - வேளாளர் கதைகளில் உயர் சாதியினர், தலித்துகளை ஒடுக்குவதில் இரண்டு வகைகள் குறிக்கப்பட்டுள்ளன. இதனை உயர்சாதி அரசியல் என்று சொல்ல முடியாது. தலித்துகளை ஒடுக்குவதில் பார்ப்பன - வேளாளச் சாதி ஒரு முறையையும் அவற்றுக்குக் கீழேயுள்ள இடைப்பட்ட சாதி மற்றொரு முறையையும் பின்பற்றுகின்றன. பார்ப்பன - வேளாளச் சாதியினர் பெரும்பாலும் நேரடியாகத் தலித்துகளை வன்முறைக்கு ஆளாக்குவதில்லை; தமக்குக் கீழுள்ள சாதியாரை ஏவிவிடுவார்கள்; வேடிக்கை பார்ப்பார்கள். ஏவிவிடப்பட்ட இடைப்பட்ட சாதியார்கள் நேரடியாகத் தலித்துகளைத் தாக்கி அழிப்பார்கள். அவர்கள் எஜமானர்கள். இவர்கள் காவல்காரர்கள்.

மாதவையா, புதுமைப்பித்தன் கதைகளில், சாதி வழக்கத்தை மீறுகிற சாணார், நாவித மனிதர்களை, பார்ப்பன வேளாளரின் ஏவலால் மறவர் சாதியார்கள் அடித்து நொறுக்குவதைக் காணலாம். ‘துன்பக்கேணி’ என்ற நீண்ட அவசரமான கதையில், ஒரு வேளாளரின் ஆணையைப் பெற்ற தலையாரித் தேவன் ஒரு தலித் பெண்ணை விசாரிக்கும் முறை பற்றிப் புதுமைப்பித்தன் இப்படிக் கூறுவார் (பு.பி. 1987: 191): ‘அவள் சொல்வது நிஜமா பொய்யா என்பதைத் தீர்மானிப்பதற்குத் தலையாரித் தேவனுக்கு ஒரே வழிதான் தெரியும். உடனே தலைமயிரைப் பிடித்திழுத்து அவளைக் கீழே தள்ளி உதைக்க ஆரம்பித்தான். தேவனுக்கு மருதியை உதைப்பதில் ஒரு குஷி”.

இந்தநிலவரம்தென்தமிழகத்தில்இன்றும்தொடர்கிறது.மீனாட்சிபுரம், புளியங்குடி, போடி கலவரங்கள் இதற்குச் சாட்சி.

8. தலித்துகள் மலிவான கூலிகள்

பஞ்சம், தொற்றுநோய் பரவிய போதெல்லாம் மிகக் கொடூரமாகச் சிதைந்தவர்கள் தலித்துகளே. அவர்களுடைய வாழ்க்கை சின்னா பின்னமாயின. பஞ்சம் பிழைக்க ஊர் ஊராய் அலைந்தார்கள். கொத்தடிமைகளாக, மிக மலிவான கூலிகளாக ரங்கூன் (பர்மா), கண்டி (சிலோன்), பெனாங்கு (மலேசியா) நகரங்களுக்கு ஏற்றுமதி செய்யப்பட்டார்கள். மாதவையா, இராஜாஜி, புதுமைப்பித்தன் கதைகளில் இந்த வரலாற்று அழிமதி பதிவாகியுள்ளது.சொந்த மண்ணிலும் சரி, அந்நிய மண்ணிலும்

சரி தலித்துகள் மிகக் கேவலமான வாழ்க்கைக்குத் தள்ளப்பட்டார்கள். தலித்துகள் என்று வந்துவிட்டாலே மற்ற சாதியார்க்கு மனசாட்சி வேலை செய்வதை நிறுத்திவிடுகிறது. ஓரேவரியில் பார்ப்பன - வேளாளர்களின் கதைகளில் தலித்துகள் எப்படிப் புனையப் பட்டார்கள் என்பதைச் சொல்லி விடலாம். 'பெரிய புராணத்து' நந்தனே திரும்பத் திரும்ப எழுதப் பட்டான். இதுவரை பார்ப்பன - வேளாளர் கதைகளில் தலித்துகள் எப்படிப் பார்க்கப்பட்டார்கள் என்பதையும் இதில் அவர்களின் உயர்சாதி அரசியல் எப்படி எப்படி வெளிப்படுகிறது என்பதையும் பார்த்தோம். இனிச் சுருக்கமாக இடதுசாரி மற்றும் திராவிட (சூத்திர) இலக்கியங்கள் தலித்துகளை நோக்கிய விதங்களைக் காணலாம்.

II

இடதுசாரி இலக்கியம்

பொதுவுடமையின் பேரால் அரசியல் கட்சிகளைக் கட்டிச் செயல்பட்ட, பட்டுக்கொண்டிருக்கிற அமைப்புகளைச் சேர்ந்த எழுத்தாளர்கள், தங்கள் தங்கள் கட்சிகளின் சித்தாந்த வரையறைகளோடு தயாரித்த கதைகளில் தலித் விவசாய-பாட்டாளி வர்க்க மக்கள் படைக்கப்பட்டுள்ளார்கள். இடதுசாரி வர்க்க அரசியல் இவர்கள் படைப்புகளில் தூக்கலாக இருக்கிறது. சோசலிச எதார்த்தவாதம் இவர்கள் கதைகளின் அடிப்படை. வர்க்க அரசியலின்படி, பொருளாதார அளவுகோல் பிரதானமாக இருக்கிறது. சாதி வித்தியாசங்களைக் கடந்து பொருளாதார அடிப்படையில் விவசாயிகளும், தொழிலாளிகளும் வர்க்கமாகத் திரளுவது வலியுறுத்தப்பட்டது. அப்போதுதான் சாதி இல்லாமல் போகும் என்று 'ஈஸி'யாக நினைத்தார்கள். இதற்குத் தோதாகப் பாட்டாளி வர்க்கப் புரட்சி கதைகளில் நிர்மாணிக்கப்பட்டது. நிலவிக் கொண்டிருக்கிற பண்பாட்டை விடப் பொருளாதாரத்திற்கே ஆகப்பெரும் முக்கியத்துவம் கொடுக்கப்பட்டது. 'மலரும் சருகும்', 'சங்கம்' முதலிய நாவல்கள் இதற்கு நல்ல உதாரணங்கள். இவை தலித் மற்றும் மலை இன மக்களைப் புரட்சிக்குத் தயார்படுத்துகின்றன. 'மலரும் சருகும்' நாவலில் கூலிப் பிரச்சினையும், சாதி கடந்து ஒரு வர்க்கமாக இணைவதும் விவரிக்கப்பட்டன. உடைமை பூண்ட சாதி, உடைமை வர்க்க நலனைப் பாதுகாப்பதற்காக நிலத்தில் உழைக்கும் தலித் மற்றும் பிற்பட்ட சாதிகள் தமக்குள் ஒரு வர்க்கமாக ஒன்றுபடாதபடி பிளவினை உண்டாக்கிக் கொண்டிருக்கும். இதனை முறியடிக்க வேண்டும். சாதிப்பூசல்கள் எதிரி வர்க்கத்தின் சதி. இதனை முறியடிக்க கிராமத்துக்கு வருகிறான் மாஜி இராணுவ வீரன். 'சங்கம்' நாவலில் மலையின மக்களைச் சமவெளியிலுள்ள மேற் சாதி வியாபாரிகளும், போலீசும், வனத்துறை அதிகாரியும்,

அலுவலர்களும் சுரண்டுகிறார்கள். இதிலிருந்து இம்மக்களைக் காக்க வருகிறான் இலங்கைவாசி. இவனும், பொதுவுடைமைக் கட்சியின் தொழிற்சங்கத் தலைவரும் இம்மக்களை ஒரு சங்கத்தில் இணைத்துச் செங்கொடியின் தலைமையில் இயங்கச் செய்கிறார்கள். தொழிற்சங்கம் கட்டுதல், இயக்கத்தை நடத்துதல், கூலிப்பிரச்சினை ஆகியவை பிரதான இடம் பெறுகின்றன. இவற்றுக்குள் கரைக்கப்படுகின்றது. பொருளாதாரச் சிக்கல், வர்க்கச் சிக்கல், இந்தச் சிக்கல்கள் தீருகிறபோது 'ஆட்டோ மேடிக்' காகத் தலித் சிக்கல் தீர்ந்துவிடும். மார்க்ஸ் இப்படித்தான் புத்தகத்தில் எழுதியிருக்கிறார். லெனின் இதைத்தான் நடைமுறைப் படுத்தினார். பிரெஸ்நெவ் இதைத்தான் உலகளாவிய ரீதியில் வலுப் படுத்தினார். அப்புறம்?

இந்தியச் சாதிய சமூகத்தில் தீண்டாமைக் கொள்கையோடு நூற்றாண்டு காலமாக செயல்பட்டுக் கொண்டிருக்கிற சாதிய - பொருளாதார ஒடுக்குமுறையை எப்படி அகற்றுவதாம்? இது பற்றி ஆழ்ந்து சிந்தித்துப் போராடிய அம்பேத்கரையும், பெரியாரையும் என்ன செய்வது? மார்க்ஸ் காண இயலாததை இவர்களால் காண முடிந்ததைப் பற்றி என்ன சொல்லப் போகிறார்கள்? தலித்துகளுக்குப் பொருளாதாரப் பிரச்சினை மேற்கில் காணப்படுவதைப்போல வெறும் வர்க்கப் பிரச்சினையாக மட்டுமே இருந்தால் 'ஓக்கே'. இல்லியே, சாதியக் கலாச்சாரத்தோடும் சம்பந்தப்பட்டிருக்கிறதே. தீண்டாமை காரண மாகவே தலித்துகளுக்கு உடைமைக்கும் (பொருளாதாரம்) சமத்துவத் திற்கும் (பண்பாடு) உரிமைகள் மறுக்கப்பட்டுக் கொண்டிருக்கின்றன. இவர்களிடம் தீண்டாமையும், இல்லாமையும் ஒன்றை ஒன்று பரஸ்பரம் நிர்மாணித்துக் கொண்டிருக்கின்றன. விடுதலை என்பது இங்கே தீண்டா மையை அமலாக்குகின்ற சாதி முறையை ஒழிப்பதாலே ஏற்பட வேண்டும்.

தலித் மக்களுக்கு உயர்சாதி நிலவுடைமைக்காரர்கள் கூலியைக் குறைத்துக் கொடுப்பதும், தலித் பெண்களை தங்களுடைய போகத்துக்கு உரியவர்கள் என உரிமை பாராட்டுவதும் ஏன் என்றால் இவர்கள் கூலி விவசாய வர்க்கம் என்பதால் அல்ல. உரிமைக்கே அருகதையற்ற தீண்டத்தகாத அடிமைச் சாதியினர் என்பதுதான் காரணம். வறுமையைச் சாசனம் பண்ணுவது தீண்டாமை. இந்தியச் சூழலின் இந்தக் குறிப்பிட்ட வரலாற்று நிலைமையைச் சோசலிச எதார்த்தவாத எழுத்தாளர்களால் கதைகளில் கூற இயலவில்லை. கட்சித் தலைமையோ இந்த வரலாற்று உண்மையை வக்கணை செய்கிறது. தலித்தியத்தின் புரட்சிகர அரசியலான சாதி ஒழிப்பிற்கு இடதுசாரிகள் முன்னுரிமை கொடுப்பதில்லை. தலித் விடுதலைக்கும் தாங்களே தலைமை வகிப்பதாக நம்புவதும் பேசுவதும் இன்று காமெடியாகிவிட்டது.

திராவிட இயக்கக் கதைகள், நாடகங்கள் வேளாள-திராவிட-சூத்திர பின்னணியில் படைக்கப்பட்டன. இடதுசாரிகள் விட்ட சாதிப் பண்பாட்டை திராவிட எழுத்தாளர்கள் சரியாக அணுகினார்கள். ஒடுக்கப்பட்டவர்களின் பார்வையில் பார்ப்பன-வைதிக-சாதியப் பண்பாடு நகைப்புக்கு உள்ளாக்கப்பட்டது. மாதவையாவும், புதுமைப் பித்தனும் உயிரோட்டமாகக் கையாண்ட கேலியும் கிண்டலும் திராவிட இயக்கத் கதைகளில் புத்துயிர் பெற்றன. இவ்விதத்தில் இன்றைய தலித் இலக்கியத்திற்குச் சிறந்த முன் மாதிரிகளாகத் திராவிட இயக்கக் கதைகள் காணப்படுகின்றன. இவர்களுடைய அரசியல் குறுகிய நலன்களைப் பேணியதால் தலித் இலக்கியத்தின் சாதி ஒழிப்பு அரசியலுக்கு ஏற்றதாக அமையவில்லை. வேளாள-சூத்திரப் பின்னணியின் காரண மாகவும், மேலிருந்த பார்ப்பனரின் அதிகாரத்தை வீழ்த்தி, அதனைக் கையகப்படுத்தி உயர முயன்றதாலும், ஆதிதிராவிடர் எனத் தனி முத்திரையிடப்பட்ட தலித்துக்களின் விடுதலைக்கு 'டாட்டா' காட்டப் பட்டது. சாதி அரசியலைப் பேசி, சாதி ஒழிப்பிற்குப் போராடாமல், குறிப்பிட்ட சாதி அடுக்குகள் மட்டும் அதிகாரத்தைக் கைப் பற்றியதற்குத் திராவிட இயக்கம் நல்ல சாட்சி. இந்த படிப்பினையைத் தலித்து உணர வேண்டியது அவசியம்.

III

தலித்துகளின் கதைகள்

தமிழில் தலித் கதைகள் 1970களின் கடைசியிலும், எண்பதுகளிலும் அத்தி பூத்த மாதிரி படைக்கப்பட்டிருப்பினும் தொடர்ந்து வந்து குறிப்பிட்டுச் சொல்லும்படியான தாக்கத்தை உண்டாக்கியது தொண்ணூறுகளின் தொடக்கந்தொட்டுதான். மராட்டிய தலித்துகளே அறுபதுகளில் மராட்டிய தலித் இலக்கியத்தைத் தோற்றுவித்தார்கள். இதற்கான வேகத்தை அளித்த சிந்தனையாளர்கள் ஜோதிபா பூலேயும், அம்பேத்கரும்தான். மராட்டிய தலித் இலக்கியத்தின் குரல் கலகப் பாங்கில் அத்துமீறலாக இருந்தது. மரபான இலக்கியவாதிகளுக்கும், உயர்சாதிக் காரர்களுக்கும் பேரதிர்ச்சியை ஏற்படுத்தியது.

தமிழகத்தில் 90களில் தொடக்கத்தில் தலித்குரல் ஒலிக்க உடனடியான நிகழ்வுகளாக இரண்டைக் குறிப்பிடலாம். ஒன்று, டாக்டர் அம்பேத்கரின் நாடு தழுவிய நூற்றாண்டு விழாக் கொண்டாட்டம். இரண்டு, இட ஒதுக்கீட்டைப் பரிந்துரை செய்த மண்டல் கமிசனின் அமலாக்கம். இந்த நிகழ்ச்சிகளால் தலித் குரல் கேட்கத் தொடங்கியதற்கு மறைமுகமான வரலாற்றுக் காரணங்களும் உண்டு. திராவிட மற்றும் பொதுவுடைமை அரசியல் இயக்கங்கள் எதிர்பார்த்த பயனை, நம்பிக்கையைத் தலித்து களுக்கு அளிக்க இயலவில்லை. மாறாக, இந்திய உபகண்டத்தில், மதச்

சிறுபான்மையோரையும், பொருளாதாரத்தில் நலிந்த மக்களையும், தலித்துகளையும் அச்சுறுத்தி அழிக்கும் இந்துத்துவ பாசிசம், முன்னேறிய சாதி இந்துக்கள், வணிக சாதி இந்துக்கள், இந்து தேச வெறியாளர்கள் ஆகியோரால் தலைவிரித்தாடத் தொடங்கிவிட்டது. இட ஒதுக்கீட்டுக்கு எதிரான வன்செயல்களிலும், நீதிமன்றங்களிலும் இறங்கியது. இந்து மத வெறியையும், சாதி வெறியையும், மதச்சிறுபான்மையோர்க்கும் இட ஒதுக்கீட்டால் ஆதாயம் அடைந்தோர்க்கும் எதிராகக் கிளம்பிவிடத் தொடங்கியது. இதனை எதிர்கொள்ளும் முகமாகவே தலித் குரல் ஒலிக்கத் தொடங்கியது. தலித்தின் தன்மான உணர்ச்சி, கிராமங்களில் அம்பேத்கர் சிலை வைப்பு, அமைப்புகள் தொடக்கம் என்ற விதங்களில் வெளிப்பட்டது. பல கிராமங்களில் இதனால் தலித்துகளை, அவர்களைப் போல வாழ்ந்து கொண்டு ஆனால் சாதியில் அவர்களுக்கு மேல் இருக்கின்ற சாதிகள் (இவை திராவிட ஆட்சிகளில் நிலவுடமை, அரசதிகாரம், நிர்வாகம், காவல், தொழில், உத்தியோகம், அரசியல் முதலியவற்றில் கணிசமான அளவு கைப்பற்றியவை) தாக்கின. இவற்றை அரசியல் கட்சிகளும், பார்ப்பன - வேளாளச் சக்திகளும் வேடிக்கை பார்த்துக் கொண்டிருந்தன; இருக்கின்றன.

இந்நிலையில், தலித்துகள் சத்தம் போட்டே ஆகவேண்டிய கட்டாயத்திற்கு ஆளாக்கப்பட்டார்கள். பிறர்க்கு இணையாக முன்னேறும் ஆர்வம் தலித்துகளின் இளம் தலைமுறையினடம் தலை தூக்கியுள்ளது. விரிந்த அளவில், தீண்டாமையை ஒழிப்பதும், சாதி அமைப்பைத் தகர்ப்பதும் இந்திய - தமிழக தலித்துகளுக்கு இந்துத்துவ, பாசிச சக்திகளைச் செயல் இழக்கச் செய்யும் வரலாற்றுக் கடமையோடு சம்பந்தப்பட்டது எனச் சொல்லாம். தலித் எழுச்சியானது தேசிய இனங்களின் சுய நிர்ணய உரிமை, சுதந்திரம், பெண் விடுதலை, இன-நிற ஒடுக்குமுறைகளியிலிருந்து விடுதலை ஆகிய உலகளாகிய எழுச்சிகளோடு நல்லிணக்கம் கொள்ளத்தக்கதாக விரிவடையும் போக்குடையது. இந்தப் பின்னணியோடு தலித் இலக்கியத்தை நோக்க வேண்டும்.

இலக்கியம் பற்றிய தலித் பார்வை

முதலிலேயே ஒன்றைச் சொல்லிவிட வேண்டும். அதுதான் இலக்கியத்தின் வரையறை. தலித்திய விடுதலை சாதி ஒழிப்பு, சமூக நீதி, பொருளாதார முன்னேற்றம், அரசியல் அதிகாரம் என்ற விரிந்த எழுச்சியில் இலக்கியமும் ஒரு அம்சம் தான். ஏனைய மக்களைவிட தலித் மக்களிடம் பூர்வகாலந்தொட்டே வாய்வழி இலக்கியமும், கலையும், இசையும் மிகுந்து காணப்படுகின்றன. இவர்களுக்கு இலக்கியம் என்பது ஏதோ ஒரு சொகுசான விஷயம் இல்லை. அவர்களுடைய இழப்புகளை, ஆற்றாமைகளை, வலிகளை சற்று மறந்து களிப்படையச் செய்வதற்கு அவர்களாக இட்டுக் கட்டிய விஷயமாகும். பட்டினியால் கொடுக்க முடியாத, அல்லது தட்டிப் பறித்த இவர்களுடைய வாழ்வை இன்னமும்

அல்லது இன்றுவரை ஊசலாடிக் கொண்டு இருக்கச் செய்தவை இவர்களுடைய கதைகளும், பாட்டுகளும், கூத்துகளும்தான்.

இத்தகைய இவர்களுடைய இலக்கியம் இன்று இவர்களுடைய ஓர்மையான விடுதலைக்கான அரசியல் பணியை ஆற்ற வேண்டிய பரிணாமம் பெறத் தொடங்கியுள்ளது. இருக்கின்ற பார்ப்பன - வேளாள நவீன எதார்த்தவகை இலக்கியத்தை, புதிய பரிணாமம் பெற்றுள்ள தலித் எப்படி எதிர்கொள்வது? நூற்றாண்டு காலமாகத் தலித்துகளை உரிமையில்லாதவர்களாக, பாவிகளாக மனிதரிலும் குறைந்தவர்களாக சாசனப்படுத்திய ஆதிக்க மையங்களின் புனிதங்கள், அறம், ஒழுங்கு, கடவுள் என்ற வரிசையில் இலக்கியமும் அடங்கும். இந்த இலக்கியம் இன்று பல பெயர்களில் பழக்கத்தில் இருந்தாலும் எல்லாமே எதார்த்த வகை இலக்கியத்தில் அடங்கிவிடும். இவ்வித இலக்கியத்திற்கும் தலித்தின் விடுதலை அரசியலுக்கும் ஒட்டுறவு இல்லை. இதனை இதன் எதார்த்தப் பாசாங்கினை, மனிதாபிமான பம்மாத்தினை, இதன் அழகியலை உடைப்பதிலிருந்துதான் தலித்தின் இலக்கியம் என்ற ஒன்று உருவாக இயலும். நவீனத்துக்குப் பிந்திய அம்சங்களைக் கொண்டதாகவே தலித் இலக்கியம் அமைய இயலும். பல வடிவங்களை மேற்கொள்ளும். இதுதான் உன்னதமானது என்பதில் தலித்துக்கு அர்த்தம் கிடையாது. அதோடு தலித் விடுதலை அரசியல் செயல்பாடுகளில் தனித்துவம் கொண்ட பலவற்றில் கலை இலக்கியமும் ஒன்றுதான். இதனால் மட்டுமே விடுதலை கிடைத்து விடும் என்று யாரும் நம்பவில்லை. நம்ப வேண்டாம். மனோநிலையில் தலித் நியாயத்துக்கான மாற்றத்தை, பதிவை, அசைவை ஏற்படுத்துவது இலக்கியத்தின் உயர்ந்த சாதனையாக இருக்கும். கருத்தியல் பரவலுக்கு இலக்கியமும் ஒரு பங்களிப்பைச் செய்கிறது என்பதைத் தவிர அதற்கென்று விசேஷமான 'பவுத்திரம்' ஏதும் கிடையாது. இலக்கியத்தை வைத்துக்கொண்டு மேதை என்று வீண் அலைச்சல் அலைவதில் பயன் இல்லை. அப்புறம் தலித் இலக்கியம், முரட்டுத்தனமாகவும், நளினம் இல்லாமலும், கூசும்படியாகவும் இருப்பதாக, வழக்கமான இலக்கியத் துக்குப் பழக்கமானவர்கள் குற்றஞ்சாட்டலாம். தலித் பேசாமல் இருக்கும் வரை விசுவாசமான அடிமை, கொஞ்சம் பேசினால் வாய் நீளுவதாக முணுமுணுப்பு, எதிர்த்து நியாயத்தைக் கேட்டாலோ வன்முறை அடி, உதை. என்னமோ தெரியவில்லை பெண்ணாயினும், தலித்தாயினும் எதிர்த்துப் பேசினாலே ஆணுக்கும், உயர்சாதிக்கும் தாங்கமுடிவதில்லை. இப்படித்தான் தலித் இலக்கியத்தையும் தாங்க முடிவதில்லை. தலித்துக்கள் தங்களை நசுக்குபவர்களின் இரக்கத்தை,அனுதாபத்தை,சம்பாதிக்கச்சொல்லும் படியாக தலித் இலக்கியம் இருக்க வேண்டும் என்பதும் இன்றைய 'நாகரிக' இலக்கிய வாதிகளின் கருத்தாக இருக்கிறது. தலித்துகளை இப்படி

'நாகரிக'மாகப்பேச,எழுத எதிர்பார்க்கிறார்கள். எப்போதுமே இவர்கள் தங்களை நாகரிகத்தின் அளவுகோல்களாக நம்பிக்கொண்டிருக் கிறார்கள். இந்தக் கோல்கள் தலித்துகளுக்குக் கொடுங்கோல்களாக இருந்து வந்திருப்பதை உணர மாட்டார்கள். ஒடுக்கப்பட்டவர்கள் தங்களை தலித் என்று உணர்ந்து கொண்டாலே போதும். தலித் இலக்கியம், விடுதலைக்கான மனோநிலையை, கருத்தியலை அலைபாயச் செய்யும்.

ஈழச்சூழல்

தலித் நாவல்களை ஈழச் சூழலில் படைத்த முன்னோடி டானியல். இவர் ஈழத் தமிழர், கிறித்தவர், தலித், இடதுசாரி, அரசியல் செயல்வீரர், சிந்தனாவாதி. இவர் படைத்தவை எல்லாமே தலித் போராட்டம், இடதுசாரி அரசியல் பற்றியவையே. 'பஞ்சமர்', 'கோவிந்தன்', 'அடிமைகள்', 'கானல்' ஆகியவை இவர் படைத்த தலித் நாவல்கள். எதார்த்த வகைப்பட்டவை. இவருக்கு வாய்த்த முன்னோடி எழுத்துகள் வழிதான் இவர் நாவல்களும் படைக்கப்பட்டன. இவை தோன்றிய ஈழச் சூழல் நூதனமானது. இடதுசாரி அரசியலும் ஈழ வேளாள அரசியலும், சிங்களப் பேரினவாத அரசியலும் நிலவிய இலங்கைச் சூழலில் டானியலின் தலித் நாவல்கள் தோன்றின. ஈழத்து முற்போக்குச் சோசலிச எதார்த்த வாதமும், நற்போக்கு தூய கலை இலக்கியவாதமும் டானியலின் தலித் இலக்கியத்திலிருந்து தூரப்பட்டிருந்தன. டானியலின் தலித் நாவல்கள் வெளிப்படையான கருத்தியல் சொல்லாடல்களைக் கொண்டிருந்தன. பொருளாதார - பண்பாட்டுக் காரணங்களால் ஏற்படுகிற மேல் கீழ்ச்சாதி மோதல்கள், தீண்டாமையை எதிர்த்த போராட்டங்களால் தலித் சாதிகள் ஓரணியாதல், சாதி மோதல்கள் வர்க்கப் போராட்டமாகப் பரிணாமம் பெறுதல், தீண்டாமைக் கொடுமைக்குப் பயந்த தலித்துகள் கிறித்தவமதம் மாறுதல், மாறினாலும் தீண்டாமை தொடருதல் ஆகிய முக்கியமான சமூகச் சிக்கல்களை டானியல் புனைகதை வடிவில் இலகுவாகச் சொல்லியுள்ளார்.

தமிழகச் சூழல்

தமிழகச் சூழல் சற்று வித்தியாசமானது. தலித் எழுச்சி என்பது இங்கே சாதி கிறித்துவத்தையும், சாதி இந்துத்துவத்தையும் எதிர்த்து உருவாகி வருகிறது. மொத்தத்தில் சாதி ஒழிப்பை முன்வைக்கிறது. இதற்கான தேவையை ஏற்படுத்திக் கொண்டிருப்பது தீண்டாமையே.

கிறித்தவ தலித் கதைகள்

தமிழக, கிறித்தவப் பிரிவில்-குறிப்பாக, ரோமன் கத்தோலிக்கத் திருச்சபையில் தீண்டாமை மிகக் கடுத்தமாகக் காணப்படுகிறது. கிறித்துவ வேளாளர்கள் தலித் கிறித்தவர்களிடம் தீண்டாமை பாராட்டி

வருகிறார்கள். திருச்சபையின் துறவு நிறுவனங்கள், தொண்டு அமைப்பு கள், கல்வி மற்றும் தொழில் நிறுவனங்கள், ஆட்சி நிறுவனங்கள் முதலான அனைத்திலுமே பெரும்பான்மை தலித் கிறித்தவர்கள் ஒதுக்கப்பட்டு, சிறுபான்மை வேளாளக் கிறித்தவர்களே இடம்பிடித் துள்ளார்கள். இது ஒரு விசித்திரமான நிலை. 'இந்து' தலித்துகள் சிறு பான்மை மக்களாகப் பெரும்பான்மைச் சாதிகளால் ஒடுக்கப்பட, இங்கே திருச்சபையில் தலைகீழாக இருக்கிறது. தலித் கிறித்தவ மக்களின் பேரால் மேலைக் கிறித்தவ நாடுகளில் பெறப்படும் நிதி ஆதாரங்கள் பெரிதும் சிறுபான்மைச் சாதிக் கிறித்தவர்களின் வசதிக்கே பயன்படுகின்றன. திருச்சபையின் கல்வி மற்றும் சேவை நிறுவனங் களால் தலித் கிறித்தவர்கள் பயனடைந்தாலும் படித்த தலித் இளைஞர் களுக்கு தலித் மக்கள் தொகை அளவுக்கு (சுமார் 60%) இந்நிறுவனங் களில் வேலை தரப்படுவதில்லை. கிறித்தவ தலித்துகளுக்கு அரசாங்க இட ஒதுக்கீடு மறுக்கப்பட்டிருப்பதை ஒட்டி, திருச்சபையிலும் இட ஒதுக்கீட்டை வலியுறுத்துவதைத் தவிர வேறு வழி இல்லை. எனவே கிறித்தவத்தலைமை மீது தலித் கிறித்தவர்கள் தாக்குதலைத் தொடங்கி விட்டார்கள். இது இயக்கமாகி, 'தலித் கிறித்தவர் விடுதலை இயக்கம்' என்று வளர்ந்துள்ளது.

இப்படி எதிர்ப்பு இயக்கமாகத் தலித் கிறித்தவர் திரளும் சூழலி லிருந்து தலித் கிறித்தவர் நாவல்கள் தோன்றின. 'பாமா' என்ற கிறித்தவ தலித் பெண் படைத்தவை 'கருக்கு', 'சங்கதி'. இவர் திருச்சபையின் கன்னியர் மடத்தில் சில ஆண்டுகள் துறவியாக வாழ்ந்து அங்கு நிலவிய வெளிவேடம், சாதிமப்பு, தீண்டாமை காரணமாக வெளியேறியவர் என்பது குறிப்பிடத்தக்கது. இவரைப் போலவே 'விடிவெள்ளி' என்ற கிறித்தவ தலித் பெண்ணும், கன்னியர் மடத்தில் பல்லாண்டுகளாகத் துறவியாக இருந்து பொறுப்புள்ள பதவியை வகித்தவர். இவரும் மேற்படி காரணங்களால் மடத்தைவிட்டு வெளியேறி 'கலக்கல்' என்ற படைப்பை அளித்துள்ளார். இவை சொந்த வாழ்க்கை வரலாற்று வடிவத்தைப் பெற்றுள்ளது குறிப்பிடத்தக்கது. மராட்டிய தலித் இலக்கியமும் இந்த வடிவத்தில்தான் தோன்றியது. பெண்ணிய இலக்கியமும் இப்படித்தான். ஒடுக்கப்பட்டவர்கள் பேசத் தொடங்கும் போது அவர்களுடைய 'நான்' மிக இயல்பாக அழுத்தம் பெற்று விடுகிறது. அவர்களுக்கு மறுக்கப்பட்ட 'நான்' (Subjectivity) வலுவோடு கட்டி எழுப்பப்படுகிறது. 'நான்'ஐப் பெறுவது தலித்துகளுக்கு வரலாற்று முக்கியத்துவம் வாய்ந்ததாகும். 'கருக்கு', ஒரு தலித் பெண்ணின் சுயசரிதை. தலித்தின் பேச்சில் கூறப்பட்டுள்ளது. தீண்டாமையால் நொந்து, வறுமை, அறியாமைகளிலிருந்து விடுபட்டு, இயல்பான மனிதராவதற்கு ஒரு தலித், அதிலும் ஒரு தலித் பெண், ஏனையோரைக் காட்டிலும்

எத்துணை நோக்காடுகளை அனுபவிக்க வேண்டியதிருப்பதை 'கருக்கு' வெளிப்படுத்துகிறது. 'பாமா', சரிதையைக் கூறிச் செல்லும் விதம் பலரை வியப்பில் ஆழ்த்தியிருக்கிறது. தமிழகப் பிரபல இலக்கிய வாதிகள் எல்லாம் இவருடைய எழுத்துக்களைப் போற்றியிருக்கிறார்கள். தலித்தைத் தவிர பிறரால் இப்படி எழுத வருமோ என்று வியந்திருக் கிறார்கள். 'பாமா' படித்துப் பட்டம் பெற்றவராயினும், தமிழில் எதுவும் எழுதிப் பார்த்தவர் இல்லை. 'கருக்கு'தான் அவருடைய முதல் முயற்சி. இது இரண்டாம் பதிப்பைக் கண்டுவிட்டது.

இவருடைய அடுத்த நூல் 'சங்கதி'. இது 'பாமா' அறிந்த கிராமத்துச் சேரியைச் சேர்ந்த தலித் சிறுமிகள், பெண்கள், மூதாட்டிகள் என்கிற உழைக்கும் மகளிரின் உலகம் பற்றியது. தமிழ்கூறு நல்லுலகம் இந்தப் பெண்களைக் கண்டு வியந்து போனது. தலித் பெண்களைப் பற்றிய ஒரு புதிய மனோபாவத்தை இலக்கியச் சொல்லாடல் மூலம் இவருடைய இரண்டு கதைகளும் ஏற்படுத்தியிருக்கின்றன. இதைவிட வேறு என்ன சாதனை வேண்டும்? 'பாமா'வின் படைப்புகளில் தலித் பார்வையோடு கூடவே பெண்ணியப் பார்வையும் இணைந்திருப்பது முக்கியமானது. தலித் பெண் எழுத்தாளர் சிவகாமிக்கும் இது பொருந்தும். ஒடுக்கப்பட்ட தன்மைகள் எத்தனை இயல்பாக வந்து இணைந்து கொள்ளுகின்றன!

'பாமா'வுக்கு அடுத்து மாற்கு படைத்த 'யாத்திரை' என்ற நாவல் தலித் கிறித்தவ வட்டாரத்தில் குறிப்பிடத் தகுந்த தலித் நாவலாகப் பேசப்படுகிறது. இவரைப் பற்றியும் இவர் நாவல் பற்றியும் முக்கியமாகச் சொல்ல இரண்டு விசயங்கள் உள்ளன. மாற்கு, பிற்பட்ட சாதியைச் சேர்ந்த கிறித்தவர். அனுபவம் வாய்ந்த சேசு சபை துறவி. இவர் படைத்த நாவல், தலித் கிறித்துவ விடுதலை இயக்கத்தின் தோற்றம், வளர்ச்சி, போராட்டம் பற்றிய முக்கியமான ஆவணமாகும். தலித் அல்லாதவரும் தலித் பார்வையை உணர்வு, அறிவுப் பூர்வமாகப் பெற்றிருந்தால் சிறந்த தலித் படைப்பை வழங்க முடியும் என்பதற்கு இவர் படைத்த 'யாத்திரை' சாட்சி. 'பாமா'வின் கதைகள் ஒருவிதப் பரவசம் கலந்த வியப்பு, கழி விரக்கம் ஆகியவற்றை உண்டாக்கியதற்கு மாறாக, 'யாத்திரை', கிறித்துவ வட்டாரத்தில் சாதிக் கிறித்தவர்கள், சாதிக் கிறித்துவத் தலைவர்கள் இடையில் ஆத்திரத்தைக் கிளப்பிவிட்டது. இவர் சேசு சபைத் துறவி என்பதால் பிரச்சினை இன்னமும் தீவிரம் பெற்றுள்ளது.

இந்தியாவில் கிறித்தவத் தலைமையை எதிர்த்து தலித் கிறித்தவர்கள் திரண்டெழுந்து ஒரு இயக்கமாக நிலைபெறுகிறார்கள். இதற்கான தலைமையை ஏற்கும் தகுதி தலித்துகளுக்கே உள்ளதை நாவல் சுட்டிக் காட்டுகிறது. கிறித்தவத் திருச்சபையைத் தலித் திருச்சபையாக, ஏசு, மாதா, வழிபாடு, திருவிழா அனைத்தையும் தலித் மயமாக்கி இந்நாவல் ஒரு மாற்றுத் தலித் கிறித்துவத்தை முன் வைக்கிறது. கிறித்துவத் தலைமையை,

துறவின் அதிகாரத்தை, நிறுவனங்களின் ஒய்யாரத்தை எதிர்த்து மக்கள் தாக்குதலை நடத்தவேண்டும் என்ற மனோபாவத்தை நாவல் ஏற்படுத்து கிறது. கிறித்தவ தலித் இலக்கியத்தில் இது குறிப்பிடத்தக்கது. ஓர் இயக்கத்திற்கு நாவல் வடிவம் கொடுத்துள்ள மாற்கு, டானியலின் வரிசையில் வருகிறார்.

கிறித்தவரல்லாத ('இந்து') தலித் கதைகள்

1979-ல், 'பிறகு' நாவலை வெளியிட்ட பூமணியும் 90-களில் 'பழையன கழிதலும்', 'ஆனந்தாயி' நாவல்களைப் படைத்த சிவகாமியும் குறிப்பிடத்தக்க தலித் நாவலாசிரியர்கள். சிறுகதைகள் படைத்த தலித் எழுத்தாளர்களும் உண்டு. இங்கே நாவல் மட்டும் கவனிக்கப்படு கின்றது. சமீபத்தில் (1994) 'இமையம்' என்ற தலித் இளைஞரின் 'கோவேறு கழுதைகள்' நாவல் வெளி வந்து சுந்தரராமசாமி என்ற தூய இலக்கிய வாதியால் தமிழில் வந்துள்ள ஒரே நாவல் என்றும், பிறகு, ஒரு சில நாவல் களில் இதுவும் ஒன்று என்றும் வெகுவாகப் பாராட்டப்பட்டது. அதற்குக் காரணம் இருக்கிறது. பிறகு பார்க்கலாம்.

பூமணியும், சிவகாமியும் எதார்த்த வகைப்பட்ட எழுத்து வழியாகவே தலித் நாவல்களைப் படைத்துள்ளார்கள். 'பிறகு' நாவல், தமிழில் சக்கிலிய மக்களைப் பற்றிய வந்த முதல் நாவல். இம்மக்களிடம் மலரும் மனித நேயத்தையே பூமணி கவனப்படுத்துகிறார். இந்த நாவலில் இவர் சாதித்த விஷயம் ஒன்று உண்டு. கதையில் வரும் தலித்துகள் அவரவர் வயது, அனுபவம், வாய்ப்பு முதலானவற்றை ஒட்டித் தங்களுடைய எதிர்ப்புணர்வு களை வெளிப்படுத்துகிறார்கள். வயதானவர்கள், சாதி வழக்கப்படி பழக்கப்பட்டவர்களாதலால் தங்கள் நிலையை விதி, தலை எழுத்து, இயற்கை எனச் சகித்துப் போகிறார்கள். இளசுகள், விடலைகள் இப்படி உதுத்தவர்களாக இல்லை. உதுத்திடணும் என்ற பெரியவர்களின் அறிவுரையைச் சுலபமாக ஏற்பதில்லை. உயர்சாதி மீது தங்களிடம் நியாயமாக எழும் ஆத்திரத்தை அவர்களோடு நேரடியாக மோதமுடியாத பலவீனத்தைக் கேலி கிண்டல் வழியாகத் தங்களுக்குள் தீர்த்துக் கொள்ளு கிறார்கள். அவர்களுடைய பிணத்தை எரிக்கிறபோதும், அவர்களுடைய செத்த மாட்டை அறுத்துக் கூறுபோடுகிற போதும் கேலிப் பேச்சுக்களாகச் சக்கிலியரின் கோபம் வெளிப்படுகிறது.

ஆனால், உயர்சாதிக்காரன் தங்கள் பெண்களிடம் அடாவடி பண்ணும்போது பகடிப் பேச்சுக்கள் கலகப் பேச்சாகின்றன. ஆயுதத்தைத் தூக்கத் தயங்கவில்லை. கூலியைக் குறைத்துக் கொடுத்தபோது கொதித்து எழாத தலித்துகள் தங்கள் பெண்ணைத் தீண்ட வரும்போது தாக்கத் தயாராகிறார்கள். பண்பாட்டுத் தளத்தில்தான் தலித்துகளின் கலகக்

குரல் வெடிக்கும் என்பதைப் பூமணி சிறப்பாகக் கூறியிருக்கிறார். இவருடைய அடுத்த நாவலான 'வெக்கை' என்ன காரணத்தாலோ சாதி அடையாளத்தை மூடி மறைத்து வர்க்க அடையாளத்தை முன் நிறுத்தியது. 'பிறகு' நாவலுக்குப் பிறகு தலித் நாவல்களைப் பூமணி படைக்கவில்லை. ஆனால் சிறுகதைகள் எழுதியுள்ளார். இவற்றில் சித்திரமாகியுள்ள மக்கள் அடித்தளச் சாதி மக்களே.

அம்பேத்கர் நூற்றாண்டு விழாவை அடுத்துத் தமிழகத்தில் தோன்றிய தலித் எழுச்சியின் தொடர்ச்சியாக சிவகாமி படைத்த 'பழையன கழிதலும்', 'ஆனந்தாயி' ஆகிய நாவல்கள் வெளிவந்தன. தமிழக இலக்கியவாதிகளால் பாராட்டப்பட்டன. தலித்துகள் நவீன கலாச்சார மயமாக வேண்டும். நடுத்தர வர்க்க வாழ்க்கைக்கு முன்னேற வேண்டும். அறியாமையால் பின்பற்றிய பழைய பழக்க வழக்கங்களை, மூடத்தனங்களை விடவேண்டும். சுத்தம், சுகாதாரம் வேண்டும், தீய பழக்கங்களால், ஒன்றிணைய முடியாமல் பிறரால் இழிவாக நடத்தப் படுகிறார்கள்; என்று சிவகாமி நாவலில் விளக்குபவை உண்மைதான். ஆனால் முழு உண்மை இல்லை. தலித்துகளின் இழிந்த நிலைமைக்கு அவர்களையே முழுப் பொறுப்பாளிகளாக்க முடியுமா? முடியாது.

தீண்டாதார் மேல் முடைநாற்றம் வீசக் காரணம், கடுமையான உடல் உழைப்பு, இவர்கள் குளிக்க முடியாதபடி குளம் கிணறுகளைச் சாதிக்கிறுக்கர்கள் தடுப்பதால்தான் அந்த நாற்றம். இவர்கள் நல்ல இடங்களில் வீடு கட்டி வாழத் தடை. இவர்கள் கந்தல் உடுத்தக் காரணம் வறுமை. இவர்களைத் தீண்டாதார் என்று ஒதுக்கி, பட்டினி போட்டு, கோயிலுக்குள் நுழையத் தடை செய்கிற தமிழ்நாடு, சண்டையிட்டுச் சாகும் விலங்குகள் வாழ்கிற காடு என்று மறைமலையடிகள் அன்றே சொன்னதை நினைத்துப் பார்க்கலாம் (மறைமலை, 1972:129). சிவகாமி தலித்துகளிடம் கண்ட கழிந்துபோக வேண்டிய பழமைகளுக்கான காரணங்களை, 'பாமா' நாவல்கள், மதம், உளவியல், பாலியல், வறுமை, ஆண் ஆதிக்கம், சாதி ஆதிக்கம், கடின உழைப்பு ஆகியவற்றில் இருந்து கொண்டிருப்பதைச் சுட்டிக் காட்டுகின்றன.

'சிவகாமி' தலித்துகளின் வாழ்க்கை முறையில் காணப்படுகின்ற எதிர்மறையான, தீய அம்சங்களால் அவர்களுடைய முன்னேற்றம் பிற சாதியார்களுக்கு ஏற்படுகிற மாதிரி ஏற்படவில்லை என்பதில் கவனம் செலுத்துகிறார். கல்வி, சுகாதாரம் ஆகியவை தலித்துகளுக்கு மிகமிக அவசியம்தான். ஆனால் இவற்றை பெரும்பாலான தலித்துகள் (கிராம) அடைவதில் சிக்கல்கள் உள்ளன. இவை தலித்துகளுக்கு மறுக்கப் படுகின்றன. இவை இவர்களுக்குக் கிடைக்கச் செய்வதற்கான வாக்குறுதி களை வழங்கும் சக்திகள் உண்மையிலேயே அலட்சியப்படுத்துகின்றன.

படித்த நகர்ப்புறத்துச் சிறுபான்மை தலித்துகளால் மட்டுமே இவற்றைத் தாமே பெற்று அனுபவிக்க முடிகிறது. நடுத்தர வர்க்கத்து மனோ பாவனையின்படி சிவகாமி சேரி தலித்துகளை நோக்கியுள்ளார். தலித்துகளால் சாதி வரிசையில் தங்களை உயர்த்திக் கொள்ள முடியாத நிலைமையில், கல்வியால் வேலை, தொழில் பார்த்துப் பொருளாதார ரீதியில் முன்னேற சாத்தியம் உண்டு என்பதையும், மேற்கத்திய (தற்போது இந்திய) பொருள் வகை நுகர்வோர் பண்பாடு இவர்களுக்குச் சாதிய இழிவிலிருந்து விடுவிக்கும் மாற்றுப் பண்பாடாக இருக்க முடியும் என்பதையும் சிவகாமி வலியுறுத்தியுள்ளார்.

இந்துச் சாதி வரிசையில் மேலிடம் கிடைக்கும் என்பதை விடத் தலித்துகளுக்குப் பொருளாதார வலிமையும், சமத்துவமும், தனிமனித உரிமையும், கௌரவமும் பெற்றுத் தரத்தக்க நடுத்தர வர்க்க வாழ்க்கை முறையும், பொருள்வகை பண்பாடும் வாய்ப்பானவை என்பதில் சந்தேகம் இல்லை. ஆனால் சிக்கல் இல்லாமல் இல்லை. கல்வி, வணிக மயமாகிவிட்டது. உடல்நலன், சுகாதாரம் ஆகியவற்றுக்குரிய மருத்துவம் வணிகமயமாகிவிட்டது. பெரும்பாலான தலித்துகளுக்கு நவீன கல்வி கற்க வசதி இல்லை. சூழல் இல்லை. கற்றுப் பணிபுரியும் சில தலித்துகளும் கூட உயர்கல்வி, உயர் பதவி பெற வழியில்லை. வேலை வாய்ப்புகளும் தேக்க நிலையை எட்டி விட்டன. இவர்கள், நகர்ப்புறங்களில் கௌரவமாக நடுத்தர வர்க்க வாழ்வை வாழ்ந்தாலும் மறைமுகமான தீண்டாமைக்கு ஆளாகிறார்கள். மேலும் நடுத்தர வர்க்கத்துப் பொருள் நுகர்வுப் பண்பாடு, மனித உறவுகளைப் பொருளால் தீர்மானிக்கும் அடிப்படையைக் கொண்டதாக இருப்பதால், மனிதரைப் பன்மடங்கு அந்நியமாக வைப்பதால் இதனை முழு மையாகத் தலித்துகளுக்கான மாற்று வாழ்க்கை முறையாகக் கருத முடியாது. படிக்காத பாமர தலித்துகள் கிராமப் புறங்களில் பெரு வாரியாக வாழ்கிறார்கள். வறுமை, அவமதிப்பு, அறியாமை, ஆற்றாமை, பசி முதலான காரணங்களால் 'நாகரிகம்' எனக் கூற முடியாதபடி சில வழக்கங்கள் இவர்களிடம் இருக்கலாம். ஆனாலும் கூட இவற்றினூடாகத்தான் இவர்கள் பன்னூறு ஆண்டுகளாக, உடைமைகள் அதிகம் தேவைப் படாத கூட்டுக்குழு வாழ்வின் பண்பாட்டு அம்சங்களை, இணக்கமான மனித உறவுகளைப் பேணி வந்திருப்பதைச் சுலபத்தில் புறக்கணித்துவிட முடியுமா? முடியாது. சிவகாமியின், 'பழையன கழிதலும்' இத்தகைய எண்ணங்களைத் தூண்டுகின்றன.

அடுத்து, இமையம் படைத்துள்ள "கோவேறு கழுதைகள்" நாவலைக் காணலாம். இவர் கிறித்தவரல்லாத 'இந்து' தலித். இவர் நாவல் கிறித்தவப் பற வண்ணார் குடும்பத்தைப் பற்றியது. எதார்த்த வகைப் பட்ட நாவல். நாவல் பூராவும் பறையர்க்குத் துணிவெளுத்து, தானியம் தூற்றி, கிழிசல் தைத்து, பேறுகாலம் பார்த்து மற்றும் பல சடங்குகளில் ஒத்தாசை செய்து சீவனம் பண்ணுகிற பற வண்ணார் குடும்பத் தலைவி

ஆரோக்கியத்தின் ‘ஆண்டவரே’, ‘அந்தோனியாரே’ என்ற புலம்பல் நீக்கமற நிறைந்துள்ளது. அவள் குடும்பம் சிதைவதிலிருந்து அவளுடைய அந்தோனியாரும், பாதிரியாரும், மதமும், காலமாற்றமும் காப்பாற்ற முடியவில்லை. காலமாற்றம் அவள் வயிற்றில் அடிக்கிறது. பறையர்கள் அடிக்கிறார்கள். பரவி வரும் ‘முதலாளிய’ அமைப்பு அடிக்கிறது. புதிய லோகாயத கலாச்சாரம் அடிக்கிறது. இவையெல்லாம் இல்லாதிருந்தால், பழைய காலத்துச் சாதி வழக்கம் சிதையாமலிருந்தால், அடிமை முறை நீடித்துக் கொண்டிருந்தால் இவளுக்குத் தேவைக்கும் மேல் தானியமும், சோறும், கூழும் கிடைத்துக் கொண்டிருக்கும். சாதி வழக்கம், அடிமை முறை அதனால் வருமானம், மனிதநேயம், குடும்பக்கட்டு ஒரு தலித்துக்கு நேர்மறையான விஷயங்களாகக் கதை நெடுகிலும் ஆசிரியர் வலியுறுத்திச் சென்றுள்ளார்.

பழைய சாதி அடிமை முறைக்குப் பழக்கப்பட்டு, அதனால் வளமடைந்து வந்த கிறித்துவ தலித் பெண்ணுக்கு நிம்மதி தருவது ஒடுக்கப்பட்ட நிலைமைதான். இந்த அடிமைச் சாதி வழக்கத்தை விட்டு விடுதலையாகி நகர்ப்புறம் குடியேறுகிற தன் பிள்ளைகளைக் குடும்பத்தைச் சிதைப்பவர்களாக, ‘மனித நேயம்’ அற்றவர்களாக பார்க்கிறாள். பழைய வேளாண்மைச் சாதிய சமூகத்தில் உறவுகளுக் கிடையில் பரஸ்பர கரிசனம், அன்பு நிலவின. புதிய லோகாயதப் பண்பாட்டில்,நாகரிகத்தில் இவற்றைப் பொருள்கள்இடம் பெயர்த்து விட்டன என்ற ‘மனித நேய’ப் பார்வை இந்த நாவலில் குறிப்பிட்டதொரு கருத்தியல் பணியைச் செய்துள்ளது. இந்தப் பார்வைக்கு மறு பெயர்தான் காந்தீயம். பழையது உன்னதமானது; புதியது சீரழிந்தது என்பதை இந்நாவல் போதிக்கிறது. ஆசிரியர் போற்றுகிற ‘மனிதநேயம்’ பற வண்ணாரின் அடிமைத்தனத்தை, மேலும் மேலும் வலுப்படுத்துகிறது. மாற்றத்தை ‘மனிதநேய’த்தைக் கொண்டு மறுக்கிற ஆதிக்கச் சக்திகளுக்கு இக்கருத்தியல் அனுசரணையானது.

‘இமையம்’ ஓர்மையுடனோ அல்லது ஓர்மையின்றியோ உயர்த்து கின்ற இந்த ‘மனித நேயம்’ தலித் அவலத்தை ரசிப்பதற்கு உரிய பொருளாக ஆக்கியுள்ளது. தலித் அவலத்தையும், அடிமைத்தனத்தையும் கொண்டு ஆசிரியர் கிளப்ப முனையும் ‘மனித நேயம்’, காலத்தையும், இடத்தையும் கடந்த கடவுளைப் போன்றது. இந்த அருவமான ‘மனித நேயம்’ மனிதர் களை என்றென்றும் மாறாமல் இருக்கிற நிலைமைகளுக்குள் பொருந்தி போகச் செய்கிறது. மனிதர்களுடைய வாழ்க்கைச் சூழல்களிலிருந்து பிரித்து எடுத்து ‘மனித நேய’த்தை மட்டும் பார்க்கச் சொல்லுகிற பார்வை மிகவும் கொடுமையானது. வர்க்கம், சாதி, இனம், பால் என்று பார்க்கலாகாது; ‘மனிதம்’ என்பதை மட்டும் பார் என்ற மேட்டுக்குடித் தத்துவத்தின் சாதிய அடிமை முறையையே தலித்துகளுக்குச் சாதகமானது என்று நிறுவ முனைகிற இந்த ‘மனித நேயம்’ கொடுமையானது.

தலித் விடுதலைக்கு எதிரான ஆதிக்கச் சித்தாந்தமும் கருத்தியலும் தலித்துகளிடம் உள்வாங்கப்பட்டிருப்பதற்கு இந்த நாவல் சரியான உதாரணம். அடிமைநிலையும் ஆதிக்க நிலையுமற்ற மனித நிலைக்கு மாற்றத்தைக் கொண்டு வருவதில்தான் மனித நேயம் இருக்கும்.

மேலும், இந்த நாவலில் தலித்துகளின் எழுச்சியைக் கண்டு அதனை மேலும் வளர்ந்துவிடாதபடி தடுக்க முயலுபவர்களுடைய ஒரு விமர்சனம் மிகுந்த கவனத்தோடு அனுசரிக்கப்பட்டிருக்கிறது. தலித் சாதிகளுக்கு இடையில் மட்டும் தீண்டாமை பாராட்டுவதில்லையா என்பது அந்த விமர்சனம். இந்த விமர்சனத்தில் முழு உண்மை இல்லை. தீண்டத்தக்கவராகிய நால்வருணச் சாதியர்கள் தீண்டத்தகாராகிய பஞ்சம தலித் சாதியார் மீது அனுசரிக்கிற தீண்டாமைக் கொடுமைக்கும் பஞ்சம தலித்துகள் தங்கள் சாதிகளுக்கிடையில் அனுசரிக்கிற தடைகள், விலக்குகளுக்கும் இடையிலுள்ள வேறுபாடு பற்றி இந்நாவலில் மௌனம் நிலவுகிறது. இந்த மௌனமும், தலித் சாதிகளுக்கு இடையிலுள்ள 'தீண்டாமை' குறித்த நாவலின் கூச்சலும் தலித் விடுதலை முயற்சிக்கு முகஞ்சுழிப்பவர்களுக்குச் சாதகமானவை. தலித் சாதிகளின் உள் முரண்பாடு குறித்த அழுத்தம் மிகையாக உள்ளது. ஒரு தலித் சாதியை வைத்து இன்னொரு தலித் சாதியைத் தாக்கும் உத்தி இது. இதை ஒரு தலித் எழுத்தாளர் பேசுவது ஒரு விசித்திரமான முரண்பாடு. 'மனித நேயமும் அழகியலும்' தலித் அரசியல் விவேகத்தின் கண்களை மறைத்துவிட்டன.

தலித்துகளுக்குள் லட்சாதிபதிகள், கோடீஸ்வரர்கள் இல்லையா என்று தலித் நியாயத்தை மறுப்பவர்கள் கேட்கும் வக்கிரமான கேள்வியின் இன்னொரு வகைதான், தலித்துகளுக்குள் மட்டும் தீண்டாமை இல்லையா என்று கேட்பது. இந்த நாவலைக் 'கிரியா' வெளியிட்டதையும், சுந்தரராமசாமி பாராட்டியதையும், 'தூய' கலை இலக்கியவாதிகள் வெளியீட்டு விழா நடத்தியதையும் இப்போது புரிந்துகொள்ளலாம். இவ்விதத்தில், இந்த நாவலை, தலித்தால் தலித் பற்றிப் படைக்கப்பட்ட, தலித் பார்வைக்கு எதிரான நாவல் என்று சொல்லலாம். தலித் இலக்கியம் தோன்றும்போதே இப்படிப்பட்ட விபரீதங்களும் தோன்றுவதைக் கவனத்தில் கொள்ள வேண்டும்.

துணை நூல் பட்டியல்
தமிழ்

'இமையம்	(1994)	கோவேறு கழுதைகள், சென்னை.
சிவகாமி	(1992)	பழையன கழிதலும், சென்னை.
சிவகாமி	(1993)	ஆனந்தாயி, சென்னை.
டானியல்	(1982)	பஞ்சமர், தஞ்சாவூர்.
டானியல்		கோவிந்தன், சென்னை.
டானியல்	(1986)	கானல், கும்பகோணம்.
டானியல்	(1987)	அடிமைகள், கும்பகோணம்.
'பாமா'	(1992)	கருக்கு, மதுரை.
'பாமா'	(1994)	சங்கதி, மதுரை.
புதுமைப்பித்தன்	(1987)	புதுமைப்பித்தன் படைப்புகள், சென்னை.
பூமணி	(1979)	பிறகு, சென்னை.
மறைமலையடிகள்	(1968)	பழந்தமிழ்க் கொள்கையே சைவ சமயம், சென்னை.
மறைமலையடிகள்	(1972)	கோகிலாம்பாள் கடிதங்கள், சென்னை.
மாதவையா அ.	(1924)	குசிகர் குட்டிக் கதைகள் - முதல் எட்டு, சென்னை.
மாதவையா அ.	(1924)	குசிகர் குட்டிக் கதைகள் - இரண்டாம் எட்டு, சென்னை.
மாதவையா அ.	(1944)	தில்லைக் கோவிந்தன், சென்னை.
மாதவையா அ.	(1978)	பத்மாவதி சரித்திரம், சென்னை.
மாதவையா அ.	(1981)	முத்து மீனாட்சி, சென்னை.
மாற்கு	(1993)	யாத்திரை, மதுரை.
சூரியநாராயண சாஸ்த்திரி வி.கோ.	(1902)	மதிவாணன், சென்னை.

ஆங்கிலம்: C. Rajagopalachari (1964) Stories for the Innocent, Bombay.

3. ஒளிவட்டங்கள் தேவை இல்லை

ஒருவழியாக இன்று தமிழகத்தில் தலித் இலக்கியம் குறித்த பேச்சு பரவலான கவனத்தைப் பெறத் தொடங்கிவிட்டது. முன்பு மராட்டியத் திலும் கர்நாடகத்திலும் தலித் இலக்கியம் பெரும் பரபரப்பை ஏற்படுத்தியது. இன்று இது தமிழ்நாட்டில் ஏற்பட்டுள்ளது. இரண்டிற்கும் இடையில் ஒருமித்த தன்மைகள் இருந்தாலும் கணி சமான அளவுக்கு வேறுபாடுகளும் உண்டு. அந்த வெளி மாநிலங்களில் தலித் எழுச்சி என்பது ஏதாவது ஒரு மதத்திற்குள்ளே, இலக்கியத்திற் குள்ளே, சாதிக்குள்ளே வரையறுக்கப்பட்டிருந்தது. தமிழக தலித் எழுச்சிக்கு முன்னர் அறுபது ஆண்டுக்காலத்துப் பெரியாரின் பகுத் தறிவுச் சிந்தனைத் தாக்கமும், திராவிட எண்ணங்களின் பரவலும், மார்க்சிய அரசியல் - பொருளாதார சித்தாந்த அறிமுகமும் வாய்ப்பான சூழலை உருவாக்கிக் கொடுத்தன. இங்கே தலித் எழுச்சி என்பது தலித் இலக்கியத்தால் மட்டுமே வரையறுக்கப்படவில்லை. சாதிப் போராட்டங் கள், சமூக நீதிக்கான இடஒதுக்கீட்டுக் கிளர்ச்சிகள், பொருளாதார சமத் துவத்தை நோக்கிய போராட்டங்கள், அரசியல் கிளர்ச்சிகள் ஆகிய வற்றோடு ஒன்றாகவே தலித் இலக்கியம் எழுந்துள்ளது. இதைக் கவனத்தில் கொள்வது அவசியம்.

இன்று, தமிழகத்தில் தலித் இலக்கிய வரவை பலதரப்பினர்கள் பல மாதிரி எதிர் கொள்ளுகிறார்கள். தேக்க நிலையை எட்டிவிட்ட தமிழ் இலக்கியத்திற்கு, தலித் இலக்கியத்தின் வரவு புத்துணர்வை ஊட்டு வதாகக் கூறுகிறவர்கள் உண்டு. இது ஒரு ஃபாஷன், தோன்றிய வேகத்தில் மறைந்து விடும் என்று ஜோஸ்யம் கூறுகிறவர்களும் உண்டு. இது இலக்கியத் தரமற்றது என்று பிறப்பாலேயே இலக்கியத்தைத் தரம் பிரித்தறியும் தகுதி கொண்டதாக நினைத்துக் கொள்ளும் சில மேதைகளால் தீர்ப்பிடப்படுவதும் உண்டு. இது நளினமற்றது, தரக் குறைவானது என முகம் சுழிப்பவர்களும் உண்டு. இது தலித் சாதி மக்களின் விடுதலையைச் சாதித்து விடும் என்கிற கற்பனாவாதத்தில் மிதக்கிறவர்களும் உண்டு. இந்தப் பார்வைகளில், மொத்தத் தமிழ்ச் சமு தாயத்தில் தலித்துகள் ஒரு விதமான பின் ஒட்டுக்கள் (Suffix), தலித்துகள் விடுதலைக்குத் தகுதியற்றவர்கள், தரங்கெட்டவர்கள், அநாகரிக மானவர்கள் என்ற மனப்பதிவுகள் வெளிப்படுவதைக் காணலாம். இதற்குக் காரணம் தலித்துகளை மற்றவர்கள் இதுகாலம் வரைக்கும் பார்த்துப் பழக்கப்பட்டுப்போன சாதி மனோபாவம்தான்.

1. இப்படிப்பட்ட நிலையில் இன்று தலித் இலக்கியம் இரண்டு விதமான செயல்பாடுகளைச் செய்யத் தொடங்கியுள்ளது. முதலாவதாக, தலித்துகளைத் தாழ்ந்தவர்களாகப் பார்த்துப் பழகிப்போனவர்களிடம் கட்டமைந்துள்ள மரபான மனப்பதிவைச் சற்றுக் கலைக்கத் தொடங்கியுள்ளது. தலித்துகளும் மனிதர்கள் தான்; மனிதப்பண்புகள் கொண்டவர்கள்தான் என்கிற மனோபாவத்தை ஏற்படுத்தியுள்ளது. தலித் அல்லாத - படிக்கும் பழக்கமுள்ள - நடுத்தர வகுப்பாரிடம் தலித் இலக்கியம் ஏற்படுத்தத் தொடங்கியுள்ள இந்த மனோநிலை மாற்றம் ஒரு முக்கியமான நிகழ்வு. தலித் இலக்கியம் படைத்துக் காட்டுகிற தலித் மக்களின் வாழ்நிலை இரக்கத்திற்கு உரியதாகவும், கழிவிரக்கம் மிக்கதாகவும் இருக்கின்றது. இது தொடக்கநிலைதான். தலித்துகள் பாவம் என்கிற பரிதாப உணர்ச்சி மறைந்து, தலித்துகள் மற்றோர்க்கு இணையானவர்கள் என்கிற சமத்துவ உணர்ச்சி தோன்றுகிற போதுதான் தலித் இலக்கியம் வெற்றி பெறும்.

தலித் இலக்கியத்தோடு உறவாடுகிற தலித் அல்லாத ஒவ்வொரு ஆண்/பெண்ணிடம் ஒரு மூலையில் ஒடுங்கிக் கிடக்கின்ற தலித் உசுப்பிவிடப்படுகின்றான்/ள். தாயின் கர்ப்பத்தில் சுருண்டு கிடக்கிற சிசுவைப் போலப் புதையுண்டு கிடக்கும் இந்த தலித் தன்னுணர்வு பெறுகிறான்/ள். தலித் இலக்கியத்தில் முழுவீச்சோடு வெளிப்படுகிற ஒடுக்கப்பட்ட தலித்தோடு ஒவ்வொருவரும் தன்னை அடையாளம் காண்கிறான்/ள். இப்படி அடையாளம் காணும்போது அது தொலைந்து போன கடந்தகால சுகமாக (Nostalgia) இன்றி வேதனையாக அமைகிறது. இதனை உயிர்ப்பிப்பது தலித் இலக்கியமாகும்.

பார்ப்பனச் சாதிக்குக் கீழே வரிசையாக சமூக அந்தஸ்து குறைந்து கொண்டே வருகிற ஒவ்வொரு சாதியைச் சேர்ந்த ஆண்/பெண்ணுக்குள் 'உயர்' சாதியால் ஒடுக்கப்படுகிற தலித் அரையும் குறையுமாக இருக்கத்தான் செய்கிறான்/ள். அவன்/அவள் நூற்றுக்கு நூறு தலித்தாக, இரத்தமும் சதையும் கொண்ட ஸ்தூல வடிவாக வெளிப்படுவது தீண்டாமை எனும் கொடிய சமூக விலக்கிற்கு உள்ளாக்கப்படுகிற தலித்சாதிய மக்களிடம்தான். எனவே சகலருக்குள்ளும் சாதியின் பேரால் ஒடுக்கப்பட்டிருக்கும் தலித்தை உணரவைத்து, தலித்தாகத் தங்களை நினைத்துப் பார்க்க வைக்கின்ற பணி தலித் இலக்கியத்தின் பணி. தலித் பெண் எழுத்தாளர் பாமாவின் 'கருக்கு' வெளிவந்தபோது பலரும் அதோடு தங்களை ஐக்கியப்படுத்தியதைக் குறிப்பிட்டுச் சொல்ல வேண்டும். பூமணியின் 'பிறகு' நாவலும் இதே பணியை எழுபதுகளின் இறுதியில் ஆற்றியது.

இதனால் சகல விதங்களிலும் ஒடுக்கப்பட்ட மனித வடிவங்களின் ஓர் அடையாளமாக, குறியீடாக தலித் நிறுவப்படுகிறான்/ள். இந்த

இலக்கியக் கட்டுமானம் தலித் இலக்கியம் முன் வைக்கின்ற சாதி ஒழிப்பு என்கிற விடுதலை அரசியலுக்கு (Liberation politics) மிகவும் அவசிய மானது. தலித் இலக்கியத்தின் கருத்தியலுக்கு, டாக்டர் அம்பேத்கர் வலியுறுத்திய சாதி ஒழிப்பு (Annihilation of Caste) ஆதாரமானது. இன்று தலித் என்றால் யார்? என்ற கேள்விக்குப் பலமாதிரி விளக்கங்கள் தரப் படுகின்றன. நொறுக்கப்பட்டவன், தாழ்த்தப்பட்டவன், தீண்டத் தகாதவன், பஞ்சமன், அவருணன், அரிசன், ஆதிதிராவிடன், அட்ட வணை இனத்தான்... என்றும், இவர்களோடு மிகவும் பிற்படுத்தப் பட்டவன், பிற்படுத்தப்பட்டவன் என்பவர்களும் அடங்குவார்கள் என்றும் கூறப்படுகிறது. ஆனால் அம்பேத்கரின் சாதி ஒழிப்பு என்கிற விடுதலை அரசியலை மையமாக வைத்து, தலித் யார்? தலித் அல்லாதார் யார்? என்று பார்த்தால், சாதி ஒழிப்பிற்காக நிற்பவர்கள் தலித்துகள், சாதி முறை காத்து நிற்பவர்கள் தலித் அல்லாதார்கள் என்ற இரண்டே இரண்டு அணிகளே இந்திய சமுதாயத்தில் இருக்க முடியும். எப்படியெல்லாம் சமத்காரமாக வியாக்கியானம் தந்து விசயத்தைக் குழப்பித் தப்பிக்கப் பார்த்தாலும் சாதி ஒழிப்பு என்கிற கொடுக்கி லிருந்து யாரும் தப்பிக்க முடியாது. இந்த விதத்தில் தலித் அல்லாதார் என்ற நினைத்துக் கொண்டிருக்கிற சகலசாதி மக்களிடம் உறங்கிக் கொண்டிருக்கிற தலித்தை உசுப்பி விடுவது தலித் இலக்கியத்தின் தனித்துவமான வரலாற்றுக் கடமையாக இருக்கிறது.

2. இனி, தலித் இலக்கியத்தின் இரண்டாவது செயல்பாட்டைக் காணலாம். தலித் இலக்கியம் தலித்துகளால் தலித் வாசகர்களுக்காகப் படைக்கப்படுகிறது என்று தலித் அல்லாதவர்கள் பேசக்கூடும். பேசவும் செய்கிறார்கள். தலித் இலக்கியத்தின் எதிர்ப்புக் குணமும் எதிர் மறையான அணுகுமுறையும், மிதிபட்டதால் கிளம்பும் ஆத்திரமும், வார்த்தைகளில் நாசூக்கு இல்லாத முரட்டுத்தனமும், ஒடுக்கிக் கொண்டி ருக்கிற புனிதங்களையும், விக்கிரகங்களையும் தலைகீழாக்குகிற வசை களையும், நக்கல் நையாண்டித் தனங்களையும் தாங்கிக் கொள்ள முடியாத குற்ற உணர்வுதான் இதற்குக் காரணம். இந்தக் குற்ற உணர்வைக் கிளப்புவது, தலித் இலக்கியத்தின் கலகப்பாங்கான 'அழகியலாகும்'. இவ்வித 'அழகியல்', தலித்துகளிடம் கலகலப்பை உண்டாக்குகிறது. களிப்பையும், குதூகலத்தையும் ஏற்படுத்துகிறது. திருவிழாக் காலங்களில் சமத்துவத்தால் பொங்கும் பரவசத்தை, உற்சாகத்தை ஏற்படுத்துகிறது. பொருள்களை உடைமையாகப் பெற உரிமையில்லாததால் தங்கள் உடல்களையே உடைமையாகப் பெற்றுள்ள தலித் மக்களிடம், உடல்களின் இணக்கத்தால் தோன்றுகிற மனநெருக்கத்தை ஏற்படுத்துகிறது. நம்மாலும் முடியும் என்ற தன்னம்பிக் கையை வளர்க்கிறது.

பிறப்பால் அமைகின்ற பால் வேறுபாட்டாலோ உடல் நிறத்தாலோ, சாதித் தீட்டாலோ பண்பாட்டுத்தளங்களிலும் அவற்றின் நீட்சியாகப் பொருளாதாரத் தளங்களிலும் ஒடுக்கப்படுபவர்கள். பெண்கள், கறுப்பர், தலித் சாதியார்கள். இவர்கள் படைக்கும் இலக்கியத்தில் எதிர்ப்பும் கலகப் பண்பும் இயல்பாகவே அமைந்துள்ளன. இவ்விதத்தில் உலகளாவிய ரீதியில் படைக்கப்படுகிற ஒடுக்கப்பட்டோர் இலக்கியத்தின் இந்திய-தமிழகப் பிரதியாகத் தலித் இலக்கியத்தைக் கருதலாம். இங்குள்ள நிலைமைகளை ஒட்டி இது சாதி ஒழிப்பையும் பொருளாதார சமத்துவத்தையும் வலியுறுத்துகிறது. வர்க்க வேறுபாடு களை அகற்றுவதைச் சாதி ஒழிப்புடன் தொடர்பு படுத்துகிறது. இதனால் இதனை இந்தியா போன்ற மூன்றாம் உலக நாடுகளுக்கேயுரிய அசலான இலக்கியமாகக் கருதலாம். மனித உரிமை, சமூக நீதி, சமத்துவம் ஆகியவற்றிற்கும் இது குரல் கொடுக்கிறது. சுருக்கமாகச் சொன்னால் விடுதலை அரசியலே தலித் இலக்கியத்தின் இலக்கிய அரசியலாகும் (Politics of Literature).

3. தலித் இலக்கியம், இன்று நவீனத்துவ இலக்கியம் என்ற பேரில் புழக்கத்திலிருக்கிற - உள்ளதை உள்ளபடி கூறுவதாக உரிமை பாராட்டு கிற எதார்த்தவாத இலக்கியத்தோடு என்ன மாதிரி சம்பந்தம் கொள்ளு கிறது? என்ற கேள்வி முக்கியமானது. ஒவ்வொருவித இலக்கியப் போக்கிற்கு என்று தனித்த அரசியல் இருக்கிறது. முதலாளிய சமூகத் தோற்றத்தோடு உருவான எதார்த்தவாத இலக்கியத்திற்கும் இது உண்டு. இது தனி நபரின் புறவயமான பார்வையில், உள்ள நிலைமைகளை உள்ளவாறே எழுத்தில் எதார்த்தமாகப் படைப்பதாகக் கூறிக் கொள்ளு கிறது. ஆயின், எதார்த்தம் (reality) என்பது அவரவர் பார்யையின் படியே பதிவு செய்யப்படுகிறது. அவரவர் பார்வை கூட ஏற்கெனவே உருவாக்கிப் பழக்கப்பட்டுப் போன பார்வைதான். தமிழ்ச் சூழலில் தலித் அல்லாதவர்கள் படைத்த எதார்த்த இலக்கியத்தில் தலித்துகளைப் பற்றிய எதார்த்தம், தலித் எதார்த்தமாக இன்றி, பார்ப்பன - வேளாள மரபால் கட்டுமானமாகிய ஒரு சார்பான எதார்த்தமாக இருக்கிறது. இந்த எதார்த்தத்தில், தலித் ஒரு பாவி, குற்றவாளி, தாழ்வு மனப் பான்மை கொண்டவன், ஒழுக்கமற்றவன், உயர்வதற்கு விரும்பாதவன், முன்னேற அருகதையற்றவன், அடிமை வாழ்வில் சுகம் காண்பவன் என்ற பிம்பங்களே பதிவாகியுள்ளன.

எனவே இப்படிப்பட்டவர்களாக தலித்தை ஆக்கிய எதார்த்தத்தையும், இதனையே மேலழுத்தம் செய்து பழக்கப்படுத்துகிற இலக்கிய எதார்த்த வாதத்தையும் (realism) தலித்துகளும், தலித் இலக்கியமும் தங்களுக்கு ஏற்றவையாக எண்ண முடியாது. இதை வேறு மாதிரி சொல்லுவதாயின், பார்ப்பன - வேளாள (அதாவது முதலாளி) எதார்த்தவாத இலக்கிய வடிவத்தால், அதன் அரசியலால் தலித் இலக்கியத்தின் விடுதலை

அரசியலைச் சரியாக வெளிப்படுத்த முடியாது; அதற்கான உள்கட்டமைப்பு அதற்கு இல்லை. பார்ப்பன - வேளாள எதார்த்த இலக்கியத்தில், தனி நபரின் பார்வையில் மனிதர்கள், தனி மனிதர்களாகப் படைக்கப் படுகின்றார்கள். இங்கே மனிதர்கள் சாதி, பால் மத, பொருளாதார, இன வகைகளால் தீர்மானிக்கப்படுகின்ற எதார்த்த நிலைமைகள் பூசி மெழுகப்பட்டு, தனிப்பட்ட நபர்களின் குணாதிசயம் மனிதாபிமானப் பூச்சோடு கவனிக்கப்படுகின்றன. இப்படி எதார்த்த நிலைமையானது, எதார்த்தவாதத்தால் ஒருதலைச் சார்பாக, கையாளத் தக்கதாக அமைந்துவிடுகிறது. இப்படிப்பட்ட எதார்த்தவாதத்தால், பிறப்பால் தீண்டவே தகுதியற்றவர்கள் எனச் சில மனிதக் கூட்டங்கள் இந்துத்துவ சாதி முறையால் நிர்ணயிக்கப் படுவதைக் கேள்வி கேட்க இயலாது.

தலித்தை ஒடுக்குகின்ற எதார்த்தத்தைக் கூற வேண்டுமென்றால், இலக்கியத் தளத்தில், இருக்கிற எதார்த்தவாத வடிவத்தை ஊடுருவிச் சிதைப்பது அவசியமாகிறது. இந்தச் செயலில்தான் தலித் இலக்கியம் தனக்கான வடிவத்தை ஏற்படுத்தும். பார்ப்பன - வேளாள எதார்த்தவாத இலக்கியத்தை மாடலாகக் கொண்டு அதை நோக்கி 'முன்னேறுவது' தலித் இலக்கியமாக இருக்காது. அதை ஒரு முடிவுக்குக் கொண்டு வருவதுதான் தலித் இலக்கியம். இதுதான் இலக்கியம் என்று சொல்லித் தந்தவற்றைச் சந்தேகிப்பது தலித் இலக்கியம். இப்படித்தான் எதிர்ப்பு இலக்கியங்கள் இயல்பாகவே இக்காரியத்தைச் செய்து வந்துள்ளன. இதற்கு யாரும் சொல்லித்தர தேவை இல்லை.

4. தலித்துகளின் மாற்று இலக்கியவகை தலித்துகளின் நாட்டுப்புற இலக்கிய மரபில் தோற்றம் பெறுகிறது. கூட்டுப் பண்பாடு கொண்ட தலித்துகளிடம் 'நான்' இல்லாமல் குழுவாகப் புழங்கிக் கொண்டிருக் கிற நாட்டுப்புற இலக்கியத்தின் நவீன நீட்சியாகத் தலித் இலக்கியம் வடிவம் பெறுகிறது. இப்படி நவீனத்துவமாக நீட்சி பெறும்போது, தொடக்கத்தில் தலித் இலக்கியம் 'நான்' என்பதன் இருப்பைச் சப்தமாக ஒலிக்கிறது. எடுத்த எடுப்பில் தலித் இலக்கியம் தன் வரவைத் தெரியப் படுத்தும்போது பிறரால் வரலாற்றில் மறுக்கப்பட்டிருந்த 'நான்' என்பதைச் சுய சரிதை ரூபத்தில்தான் வெளிப்படுத்தியுள்ளது. மராட்டிய தலித் இலக்கியத்திலும் இதுதான் நடந்தது. தமிழில் பாமாவின் 'கருக்கு' இதைத்தான் செய்தது. வரலாற்றில் 'நான்' என்பது மறுக்கப்பட்டு, பிறரால் கையாளத்தக்கபொருட்களாக ஆக்கப்பட்ட தலித்துகள் தங்களை நிமிர்த்தும் செயலில் 'நான்' என்பதைச் சப்தமிட்டு முழங்கவே செய்வார்கள். பெண்ணிய, கறுப்பு இலக்கியங்களிலும் இதுதான் நிலவரம்.

மேலும், 1: 1 என்ற விகிதத்தில் மிகுந்த தர்க்கத்தோடு பிரதி பலிப்பதாகக் கூறும் எதார்த்தவாதத்தை, தலித்துகள் தங்களுடைய நாட்டுப்புறப் பண்பாட்டு அம்சங்களின் மிகைப்படுத்தப்பட்ட, தர்க்கத்தை

மீறிய உலகப் பார்வையின் மூலமாகச் சிதைப்பதும் நிகழும். நள்ளிரவில் பேய்களோடு ஆடி அவற்றைத் தலித், இரும்பால் அடிப்பதாகவும், மறுநாள் காலையில் செத்த பேய்கள் ஓணான்களாக விழுந்து கிடப்பதாகவும் தலித் இலக்கியத்தின் 'தர்க்கம்' சொல்லும். இருக்கின்ற ஆதிக்கத் தொன்மங்களை உடைத்து, முறை மீறலான - எதார்த்தத்தை இடறி வீழ்த்துகின்ற புதிய தொன்மங்களை நிர்மாணம் செய்யும். எனவே சொல்லுகின்ற முறையிலிருந்து சொல்லுகின்ற விசயம் வரைக்கும் தலித் இலக்கியம் நவீனத்துவத்தின் எல்லையைக் கடந்து அப்பால் பின்- நவீனத்துவப் போக்குடன் சஞ்சரிப்பதாக உள்ளது.

இதனால்தான் தலித் இலக்கியத்திற்கு என வரையறுத்த மாடல் எதுவும் இல்லை. இருக்கின்ற எதார்த்தவாத வடிவங்களைப் பகடி செய்வதிலிருந்து தலித் இலக்கியம் தனக்கான மாற்று வடிவங்களை உருவாக்குகிறது. அல்லது இவற்றைப் பற்றிச் சட்டை பண்ணாமல், நசுக்கப்பட்ட தன்மையின் உக்கிரத்தைத் தங்கு தடையின்றிக் கொட்டுகிறபோதும் தனக்கான வடிவங்களைப் பெறுகிறது. பாமாவின் 'கருக்கு', 'சங்கதி' ஆகிய இரண்டு கதைகளிலும் 'எண்ணித் துணிக கருமம்' என்ற ஒழுங்கு இல்லாமல் இருப்பதைக் காணலாம். காலமும், இடமும், கதை வளர்ச்சியும் திரும்பத் திரும்பச் சுழலும், சுற்றும். கால வளர்ச்சி என்பது தலித்துக்கு வேதனை தரும் எதார்த்தம். எனவே குழந்தைப் பருவத்தை நோக்கிச் செல்லுகின்ற போக்குகளும், அதன் உலகப் பார்வையும் தூக்கலாகத் தெரியும். தலித் மக்களின் இயக்கம், போராட்டம் ஆகிய சம்பவங்கள் இலக்கியமாகும் போது வேறு வகையான வடிவம் பெறுகிறது. ஈழ தலித் முன்னோடி டானியல், தமிழக கிறித்துவ தமிழ் எழுத்தாளர் மாற்கு ('யாத்திரை') ஆகியவர்களின் நாவல்கள் இதற்குச் சான்று. இன்னும், தாங்கள் தலித்துகளாகக் காரணமான வரலாறு, புராணம், இதிகாசம், இந்து மதம், கடவுள், ஒழுக்கவியல் முதலியவற்றைக் குமைத்துக் கிண்டல் செய்து தலை கீழாகப் புரட்டிச் சிரிக்கின்ற விதங்களிலும் தலித் இலக்கியம் வடிவம் பெறும்.

5. இன்று தமிழகத்தில் தலித் இலக்கியம் சுயசரிதை, நாவல், சிறுகதை, கவிதை, பாட்டு, நாடகம் ஆகிய வடிவங்களில் தோன்றி வருகின்றன. குறிப்பாக, கிறித்துவ மதத்தில் நிலவுகிற தீண்டாமையை எதிர்த்து தலித் கிறித்தவ எழுத்தாளர்கள் உருவாகியிருப்பது சிறப்பான அம்சமாகும். இவர்களுள் பாமா, மாற்கு, விடிவெள்ளி போன்றவர்கள் குறிப்பிடத்தக்கவர்கள். கிறித்துவரல்லாத தலித் எழுத்தாளர்களில் பூமணி, சிவகாமி, விழி, பா. இதயவேந்தன் ஆகியோர் முக்கியமானவர்கள். இவ்விடத்தில் தலித் இலக்கியம் படைக்க யாருக்குத் தகுதி உண்டு என்ற சர்ச்சை பற்றிக் கூற வேண்டும். தலித் சாதியில் பிறந்தவன்,

தலித் இலக்கியம் படைக்கப் பிறப்பிலேயே தகுதி பெற்றவன்; அதே சமயம், தலித்தாகப் பிறந்தாலும், 'உயர்ந்தோர்' இலக்கிய ரசனையால் சாரமிழந்து தலித்துக்கு எதிரான இலக்கியத்தையும் ஒரு தலித்தால் படைக்க நேரலாம். இதற்கான சமீபத்திய உதாரணம் 'இமையம்' என்ற 'தலித்' படைத்த 'கோவேறு கழுதைகள்' என்ற நாவல். அடுத்து, தலித்சாதியில் பிறக்காவிட்டாலும், தன்னைத் தலித்தாக உணர்ந்தவர் தலித் இலக்கியம் படைக்க முடியும். பழமலை, இன்குலாப் பா.செயப்பிரகாசம், மாற்கு, அ.மார்க்ஸ் போன்றவர்கள் இப்படிப் பட்டவர்கள். (பெயர்கள் சில விடுபட்டிருக்கலாம்)

தலித் இலக்கியம் பல வடிவங்களைப் பெறும்; தலித் விஷயங் களைப் பேசும்; அதே வேளையில் கூறுகின்ற முறையிலும் நவீனத்துவ இலக்கியத்திலிருந்து வேறுபடும்; இப்படிக் கூறுகின்ற முறையில் வேறுபடுவதால் பின் நவீனத்துவ (Post-modernism) இலக்கியமாகவும் பரிணாமம் பெறும். இவ்விதத்தில் தலித் எழுத்தாளர் ரவிக்குமார் குறிப்பிடத் தக்கவர். இவர் படைத்துள்ள 'ழ', 'திருட்டைப் பற்றிய ஒரு தியரி', 'வார்த்தை' ஆகிய கதைகள், கூறுகின்ற முறையில் தலித் இலக்கியத்தின் பின்-நவீனத்துவப் பண்பை உட்கொண்டதாகக் காணப்படுகின்றன. நவீனத்துவ இலக்கியத்தின் 'சீரியஸ்' தன்மைகளை இவருடைய எழுத்துமுறை சிரிப்புக்கு உள்ளாக்குவதன் மூலமாக, தலித்தை அடக்கிவரும் 'சீரியஸ்' சமாச்சாரங்களை நேருக்கு நேர் நின்று சிரித்துவிட்டுப் போகும் சகஜபாவத்தை உண்டாக்குகிறது. இது தலித்துகளுக்குத் தேவையானது. வார்த்தைகளால் உண்மைகளைக் கட்ட முடியாது என்பதை இது உணர்த்துகிறது. இறுதியாக-

தலித் இலக்கியம் உடனடியாக தலித் விடுதலையை இலகுவாகக் கொண்டுவந்துவிடும் என்று மிதக்கத் தேவையில்லை. விடுதலைப் போராட்டங்களின் பல வடிவங்களில் இதுவும் ஒன்று. இதன்பணி கருத்தியல் ரீதியிலானது. அதற்குமேல் அதற்கென்று தனிப் பவித்திரம் ஏதும் இல்லை. மனோநிலையில் தக்க மாற்றத்தைக் கொண்டு வருவதுதான் அதற்குரிய பணி. தலித்துகள் இலக்கியம் உள்ளிட்ட எதையும் இனி வழிபடப் போவதில்லை. வழிபாடுகள் எப்போதும் அதிகாரத்தையும் அடிமைத்தனத்தையும் சாசுவதம் செய்பவை என்பதைப் பிறரைவிட நன்கறிந்தவர்கள் தலித்துகளே. ஒளி வட்டங்கள் தேவையில்லை; உரிமைகளே தேவை. *17-1-95*

இந்தியா டு-டே
இலக்கியச் சிறப்பிதழ் 1995.

4. புதுமைப்பித்தன் என்னும் பிரம்மராக்ஷஸ்

'வாழ்க்கை எல்லையற்றது; கடவுள் வாழ்க்கையின் கடைசிப் பக்கத்தை எழுதிவிடவில்லை; அவரால் எழுதவும் சாத்தியப்படாத காரியம். வாழ்வு நீதிக்கு கட்டுப்படாதது. அகஸ்மாத்தாக நிகழும் சம்பவம். இதில் நியதிக்கும், கட்டுக் கோப்புக்கும் இடமுண்டு என்கிறது நாஸ்திகம், இதனை ஒரு சூத்திரம் என்கிறது ஆஸ்திகம். **உண்மைகள் அப்படியே அப்பட்டமாக இருந்திருந்தால் அவற்றுக்கும் மனித வர்க்கத்துக்கும் தொடர்பு ஏற்பட்டிருக்க முடியாது. அது மண்ணுலகத்தின் புழுதி படிந்தால் தான் மனிதனோடு உறவாடும். மனிதன் உண்மையை நாடலாம். ஆனால் அவனுடைய வளர்ச்சிக்கு வெறும் பிரமைகளே போதும். மனித முன்னேற்றத்துக்காக நடந்த இயக்கங்களில் மூலப் பிரச்சினைகள் எல்லாம் வெறும் பிரமை களே. பிரமைகளும், அசட்டுத்தனங்களும் இருக்கும் வரை மனித வர்க்கம் நாகரிகத்தால் நசித்துப் போகாது. இந்த வாழ்க்கை அவ்வளவு லேசான கட்டுக்கோப்பில் சிருஷ்டிக்கப்படவில்லை. தர்க்கத்தின் கொள்கைகளைச் சிதறடிக்கும்படி வாழ்க்கை இருந்து வருகிறது. இலக்கியமும் தர்க்கத்திற்கு அடங்கியதல்ல. இது அறிந்த உண்மைகளைப் பற்றியதல்ல. அது ஒரு பாஷை! இது தத்துவத்துக்குக் கட்டுப்படாதது. அதனால்தான் அதற்கும் நடைமுறை உண்மைக்கும் எப்பொழுதும் ஒத்துவராமல் போகிறது. கலை தர்ம சாஸ்திரமல்ல. தெரிந்ததைச் சொல்லுவது இலக்கியம்; தெரியாததை அறிவுறுத்துவது அறிவியல். படைப்பது இலக்கியம். அறிவது அறிவியல், புதியது, பழைய என்று பிரிக்கவேண்டியதில்லை. அறிவு அடங்க வேண்டும்; மங்கலாகாது; அறிவு அடங்கினால்தான் அவனுக்குக் கண் திறக்கிறது. நாஸ்திகம் தர்க்கத்தில் நிஜமாக இருக்கலாம். ஆனால் அதனால் வாழ்க்கையில் ஒரு பிடிப்பை ஏற்படுத்த முடியாது. ரசனையற்றது, சுவையற்றது. இதனால்தான் ஜைன மதம் அழிந்தது. மனிதன் தன்னிச்சையாக நடமாடித் திரிய இடவசதி வேண்டும். ஒழுங்குமுறை, அமைப்பு, ஏற்பாடுகள் முடக்குவன.**

இதுவரை தொகுத்துரைக்கப்பட்டவை **புதுமைப்பித்தனின்** நேரடியான சொற்களாகும். கதைகளில் பிடிபடாமல் தப்பித்துக் கொள்ளுகிற **பு.பி.** இங்கே கட்டுரைகளில் சுலபமாகப் பிடிபட்டு விடுகிறார். **நவீன வாழ்க்கை, இலக்கியம்** ஆகியவற்றை பற்றிய **பு.பி.**யின்

தீர்மானமான அபிப்பிராயங்கள் இவற்றில் வெளிப்பட்டுள்ளன. இரண்டுமே மனித தர்க்கத்திற்குள், அறிவிற்குள் எளிதாக மாட்டிக்கொள்ளுவதில்லை. தர்க்கத்தை மீறிய, உண்மையை தாண்டிய பிரமைகளே இரண்டையும் இயக்க வல்லமை கொண்டுள்ளன. **பு.பி.** உணர்ந்து கொண்ட irrationality அவரிடம் வாழ்நாள் முழுவதும் விடாமல் பற்றிக் கொண்டமை தெரிகிறது. அவருடைய வாழ்க்கை, மற்றும் கலை இலக்கியம் பற்றிய அணுகுமுறைக்கு இந்த irrationality தான் அடிப்படையாக இருந்திருக்கிறது. இதன் வெளிப்பாடுகளாக கசப்புக் கலந்த சிரிப்பு, **'சினிகல் நிர்தாட்சண்யம்', 'தர்மம் என்பதன் லேசான மறுப்பு' 'நம்பிக்கை வறட்சி'**, கொள்கை - கட்சி - சமூக முன்னேற்றம் பற்றிய அவநம்பிக்கை, மேற்கத்திய அறிவியல், தர்க்கம், நாஸ்திகம் பற்றிய கேள்வி, பெண்கள், குழந்தைகள், நாகரிக வாழ்வால் நசுக்கப்பட்டவர்கள், ஏகாந்திகள், பரதேசிகள், நாடோடிகள், சித்தர்கள், ஆகியோர் மீது கொண்ட ஒட்டுறவு, கீழை mysticism, accult மீது கொண்ட மனப் பிரேமை, மனித மனங்களின் விசித்திர - விபரீத ஓட்டங்கள் பற்றிய புரிதல்....... என்ற வடிவங்கள் **பு.பி.** யின் கதைகளில் காணப்படுகின்றன. இவை பெரும்பாரும் கேலி - கிண்டல் பாவங்களிலே சொல்லப்படுகின்றன. அ. மாதவையாவிடம் முகிழ்த்த இந்த கிண்டல் பாவம், **பு.பி.** யிடம் ஆழமான பரிமாணங்களைப் பெற்றிருக்கிறது. ஆசார சீர்திருத்தக் காரணங்களுக்காக மாதவையா கையாண்ட கிண்டல் - கேலியானது **பு.பி.** யிடம் அறிவு சார்ந்த மனித நாகரிகத்தின் irrationality-ஐ, தர்க்கத்துக்கு அறிவு ஒழுக்கத்திற்கு அடங்காதவற்றைக் கூறுவதற்காகச் செயலாற்றுகிறது.

பு.பி. தமக்குப் பிடித்தவர்களையும், பிடிக்காதவர்களையும் தம் கதைகளில் கேலி செய்து கொண்டிருப்பதாக எழுதியுள்ளார். இப்படி ஒரு பாத்திரத்தைப் பகடி செய்கிறபோது, அது இன்னொருவரின் பேச்சாகிவிடுகிறது. அப்படி ஆகிவிடுகிறபோதே **பு.பி.** தம்மைத் தூரப்படுத்திக் கொள்வது நிகழ்கிறது. **பொய்யினை ஓர் அபத்த மாக்கி விடுவதன் மூலமாக உண்மை ஸ்தாபனம் செய்யப் படுவதாக பக்தின் கூறியது பு.பி.** யின் கதைகளுக்குப் பொருந்தி வருகிறது. **பு.பி.** நேரடி வார்த்தைகளைக் கூறுபவர் அல்லர். ரங்கசாமி ஒரு நிரந்தர நோயாளி' என்று நேரடியாகக் கூறுவதற்கு மாறாக பு.பி. "ரங்கசாமி வாழ வேண்டிய இடம் சர்க்கார் ஆஸ்பத்திரி. என்னமோ தவறிப்போய் மேடைத்தெரு 9-ம் நம்பர் வீட்டில் குடித்தனம் நடத்தினான்" ('விபரீத ஆசை') என்றுதான் கூறுவார். 'உண்மை'யையும் **பு.பி.** நேரடியாகச் சொல்லுவதில்லை. தனி மனிதரின் விசித்திரமான போக்குகள், பலவீனங்கள், சபலங்கள், குரூர ஆசைகள், பிரமைகள், மீறல்கள் ஆகியவற்றைப் **பு.பி.** கேலி கிண்டல் மூலமாகச் சுற்றி

வளைத்துச் சொல்லி, சில வேளைகளில் அபத்தத்தின் எல்லை வரை சொல்லி irrationality என்ற 'உண்மை'யை ஸ்தாபனம் செய்கிறார். கிறித்துவ மதமாற்றம், ஆங்கிலக் கல்விமுறை, தீவிரவாத அரசியல், காந்தியம், சோசலிசக் கட்சி, கொள்கை, மேலை நாட்டு அறிவியல், நாத்திகம், சுயமரியாதைக் கட்சி, ஆசார சீர்திருத்த இயக்கம், துப்பறியும் நாவல், பிரச்சார நாவல், கலப்பு மணம், குழந்தை மணம், பொருந்தா மணம், பௌத்த - ஜைனக் கொள்கை, திராவிட இயக்கம் ஆகிய வற்றைத் தனிநபரின் பார்வையில் பகடி செய்து, ஒருவனுடைய அன்றாட வாழ்விற்கும் இவற்றின் நியாயத்திற்கும், நிச்சயதனத்துக்கும் இடையிலுள்ள இடைவெளியைப் **பு.பி.** கவனப்படுத்துகிறார். அமைப்பு, நிறுவனம் எல்லாம் நிச்சயத்தனத்தைக் கொண்டிருக்க இவற்றை எதிர்கொள்ளுகிற தனி மனிதன் நிச்சயத்தன்மை கொண்டிருப் பதில்லை. சமூகச் சிக்கல்களை இனம் கண்ட **பு.பி.** அவை குறித்த வன்மை, மென்மைகளை அலசி, சார்பு நிலை எடுப்பதற்கு மாறாக, இவை எப்படி மனித வாழ்வியக்கத்தில் பின்னியிருக்கின்றன என்பதையே துலக்க முனைகிறார். கொள்கையின் நியாயத்தைவிட, அதனோடு உறவாடவும், விலகவும் சுதந்திரம் பெற்றுள்ள தமது பாத்திரங்களின் நியாயம்தான் **பு.பி.**க்கு முக்கியமாகப்படுகிறது. கொள்கைகளின் அறிவு சார்ந்த தர்க்கம், நிச்சயமற்ற வாழ்வின் நிமிசங்களில் வாழும் தனி மனிதனுக்கு எந்த அளவுக்குப் பற்றுதலை வழங்க முடியும் என்பதைப் பற்றிப் **பு.பி.** எண்ணியிருக்கிறார். இந்தக் கொள்கைகள் மட்டுமின்றி, மரபான ஒழுக்கவியல், தர்மம், நீதி எல்லாமே நிகழ்கால நிமிசத்து மனித இருத்தலியல் சிக்கல்களுக்கு ஒத்துவராமல் போவதையும் **பு.பி.** கண்டிருக்கிறார். **பு.பி.** கதைகளில் கருத்துகளை அறிய முற்படுவது விரையம். அக்கருத்துகளின் வாழ்வியல் பிரயோகங்களை அனுபவிப்பதே வேண்டப்படுவதாகும்.

பு.பி. கதைகளில் அவர் உணர்ந்த irrationality என்ற 'உண்மை'யை அப்படியே நேரடி வார்த்தைகளில் காணவியலாது. அறிவு, அறிவியல், தர்க்கம், அமைப்பு, நவீனத்துவம், நகரம், நிறுவனம், நாகரிகம், ஏகாதியத்தியம், எதார்த்தம், மேற்கு என்பவற்றின் அசுரத்தனமாக பலத்தைப் **பு.பி.** காணுகிறார். இவற்றைக் கொண்டு உலகம் முன்னேறி விட்டது, நல்லதை நோக்கி மாறிவிட்டது என்றே **பு.பி.** முடிவுக்கு வரவில்லை. இவற்றின் இறுக்கமான அதிகார வரிசையும், பலமும், தனி மனிதர்களைப் பலமற்றவர்களாக ஆக்கிவிடுகின்றன. இந்த ஏகாதி பத்தியச் செருக்கு இருதயமற்ற அழகாக (**'கனவுப் பெண்'**) மலைப்பை ஏற்படுத்துகிற மாதிரி, நகர நாகரிகமும் மலைப்பை உண்டாக்குமே தவிர, உற்சாகத்தைத் தராது (**'கவந்தனும் காமனும்'**). இவற்றை எதிர்கொண்டு தாங்கிக் கொள்வதற்குத் தனி மனிதனுக்குள்ள ஒரே

சாதனம் - இவற்றைக் கிண்டல் செய்து வாழ்வின் irrationality- யோடு சகஜமாகி விடுவதுதான். அது எரித்துவிடாதபடி தன்னைக் காப்பாற்று வதற்குக் கிண்டலைத் தவிர வேறொன்றுமில்லை. இவற்றைப் பார்த்துச் சிரிப்பதைத் தவிர வேறு உயிர் காக்கும் உபாயம் இல்லை. கசப்பினை உள்ளடக்கிக் கொண்டிருக்கிற ஹாஸ்யத்தை **பு.பி.** யின் தனித்தன்மை என்றே கொள்ள வேண்டும். பொதுவாகவே rationality-யின் விளிம்பிற்குத் தள்ளப்பட்ட மக்கள் தொகுதிக்கே உரியதாக இந்த ஹாஸ்யம் காணப்படுகிறது.

அறிவு, தர்க்கம் சார்ந்த அமைப்பின் பலத்தைப் **பு.பி.** பல கதைகளில் கிண்டலாக வெளிப்படுத்தியுள்ளார். படைத்த கடவுளே வந்தாலும் நவநாகரிக நகரத்தில் ஏதும் செய்ய முடியாது; காலாவதியாகி விடுகிறது (**'கடவுளும் கந்தசாமிப்பிள்ளையும்'**); அக்காலத்தில் ஆற்றல் நிறைந்ததாகக் கூறப்படும் கடவுளால் இன்று ஒரு குருவிக் கூட்டைக்கூட எரிக்க முடியாது. கடவுளை விட அசுர பலம் பெற்றது நவநாகரிகம். அதிகாரம் என்றுமே கவியை அசிங்கப்படுத்தத்தான் செய்கிறது. (**'கொன்ற சிரிப்பு'**). ஒரு தலித் கிழவியின் கேள்விக்கும், மரணம் பற்றிய ஒரு குழந்தையின் கேள்விக்கும் பதில் கூற முடியாத அசக்தனாகிவிடுகிறான் எமன் (**'காலனும் கிழவியும்'**, **'மனக்குகை ஓவியங்கள்'**).

இதை ஒட்டி அறிவு, அறிவியல் தொடர்பான விசயங்களைப் **பு.பி.** எதிர்மறையாகவே பார்க்கிறார். நித்தியத்துவத்துக்கு ஆசைப்பட்டு அறிவியல் சோதனையில் ஈடுபடும் மனிதன் அழிவான். அறிவுக்கு ஓர் எல்லை உண்டு; அதனால் உயிர்ப்படைப்பின் மர்மத்தைத் துலக்க முடியாது. முயன்றால் பேரழிவுதான் (**'பிரம்ம ராக்ஷஸ்'**). **பு.பி.** க்குப் படைப்பின் மர்மத்தின் மீது தீராத வேட்கை இருந்துள்ளது. இதனை அறிய அறிவால் முடியாது. அறிவின் சுவாலையை மனிதனால் தாங்க வியலாது. எரிந்து கரியாகிப்போவான் (**'ஞானக் குகை'**). அறியவிலுக்குள் பிடிபடாத ஓர் உலகத்தின் மீது **பு.பி.** க்குத் தாங்க முடியாத மோகம் இருந்துள்ளது. இதற்கு அவருடைய பலகதைகள் சான்று. இவை பலவும் Fantacy ரகத்தைச் சேர்ந்தவை. மேற்கத்திய Gothic பாணிக் கதைகள், விஞ்ஞானக் கதைகள் **பு.பி.** க்கு அறிவுக்கு எட்டாத தமது fantastic உலகத்தை சிருஷ்டித்து அதனுள் சற்று இளைப்பாற உதவியுள்ளன.

அறிவையும் தர்க்கத்தையும் ஆதாரமாகக் கொண்டு எழுந்துள்ள நகர நாகரிகத்தைப் **பு.பி.** கிராமத்துடன் ஒப்பிட்டு விமர்சிக்கிறார். கிராமத்துப் பெரிய மனிதர்களுக்கு வாழ்க்கைக்கு அவசியமான உலக அனுபவம் உண்டு; நகர்ப்புறப் படித்தவர்களைப்போல இவர்கள் வடிகட்டிய அசடர்கள் அல்லர் என்கிறார் (**'கலியாணி'**). நகர்ப்புற விளம்பரமயமான, போட்டிமயமான, ஒளிமயமான நாகரிகத்தின்

மறுபக்கம் இருள்மயமானது; இங்கு வாழும் ஓரப்பகுதி உதிரி உழைப்பாளி வர்க்க மனிதர்களைச் சுரண்டியதுதான் இந்த நாகரிகம் என்கிறார் (**'கவந்தனும் காமனும்'**, **'பொன்னகரம்'**). ஆங்கிலக் கல்வி முறை, தேர்வில் வெற்றி பெற்று பட்டம் பெற்று வேலை பார்ப்பதற்காகப் படிக்கும் ஆங்கிலக் கல்வி ஆகியவற்றைப் **பு.பி.** கிண்டலடிக்கிறார். இதனால் மூளை வளர்வதில்லை என்கிறார். (**'நிசமும் நினைப்பும்'**, **'நிகும்பலை'**). இதை ஒட்டியே **பு.பி.**, மனிதன், 'அறிவாளியாக அல்லல்படுகிறான்' (**சாமியாரும், குழந்தையும், சீருடையும்'**) என்ற கதையில் கூறுகிறார். அறிவின் துணைகொண்டு மனிதர்கள் எத்தனிக்கின்ற சமூக - பொருளாதார மாற்றங்கள் எல்லாம் **பு.பி.** க்கு உற்சாகம் தரவில்லை. பழைய முனிசிபல் விளக்குப் போய், புதிய மின்சாரக் கம்பம் வருவதில் பெரிய மானிட முன்னேற்றம் எதையும் **பு.பி.** காணவில்லை. புதிது, பழையது என்று ஏதுமில்லை (**'தெருவிளக்கு'**). உலகை மாற்றுவதாகக் கூறுவதெல்லாம் பித்தலாட்டங்களே (**'வாழ்க்கை'**). படித்த படிப்பாலும் அறிந்த ஞானத்தாலும் பயன் இல்லை என்பதில் **பு.பி.** க்கு உடன்பாடு உண்டு (**'சித்தி'**).

அவ்வாறு எனில் **பு.பி.** க்குப் புகலிடம் எதுவாக இருந்தது? நகரத்தில் நடுத்தர வாழ்க்கையின் இடிபாடுகளுக்கு மத்தியில் தாமிரபரணி ஆற்றங்கரையின் கிராமத்து வாசமானது அவருக்கு இழந்துபோன சுகத்தின் ஏக்கமாக இருந்திருக்கிறது. அறிவுக்கும், தர்க்கத்துக்கும் பிடிபடாத ஓர் உலகம் **பு.பி.** க்குத் தேவைப் பட்டிருக்கிறது. அப்படி ஓர் உலகம் ஒவ்வொரு மனிதனிடமும் உள்ளார்ந்து இருப்பதாகப் **பு.பி.** நினைத்திருக்கிறார். இந்த உலகம் கொள்கை, தத்துவம், கட்சி முதலான புறவகைப்பட்ட நியாயங்களுக்குக் கட்டுப்படாதது. அனைத்தையும் விளக்கிவிடுவதாக மார் தட்டுகிற மேற்கத்திய இயற்கை அறிவியலால் கிழக்கத்திய சித்தர், ஹடயோகி, நாடோடி, பரதேசி ஆகியோர்களின் மன உலகங்களை விளக்க இயலாது. நீலக்கடல் ஒருவனுக்கு அகண்ட சிருஷ்டியின் மர்மமாக, மந்திரமாகத் தோன்றுவதை, அது மனதில் காரணமற்ற துக்கத்தை உண்டாக்கி குதூஹலத்தை ஏற்படுத்துவதைப் புரிந்துகொள்ள இயலாது (**'சித்தம் போக்கு'**). எத்தனை சொத்துகள் இருந்தாலும், அறிவு, ஞானம் இருந்தாலும், இறந்துபோன தன் தந்தை அவனைக் கூப்பிடுவது போன்ற பிரமைக்குக் காரணம் கூறிவிட முடியாது (**'சித்தி'**). மனிதனுக்குப் பிணத்தைப் பார்க்கும் ஆசை, எல்லா ஆசைகளையும் விடப் பெரியதாக இருப்பதற்கும் (**'விபரீத ஆசை'**), நோயாளி பிணமாகக் கிடக்கும்போதே அவன் மனைவியுடன் அவன் நண்பன் உடலுறவு கொள்ளுவதற்கும் எளிதான காரணம் கூறிடமுடியாது. இளம் விதவை ஒருத்தி மார்பில் முள்வாங்கி குத்திய காயத்திலிருந்து இரத்தம் பெருக்கெடுத்து ஓடிக்கொண்டிருப்பதைப்

பார்த்து ஆனந்தபரவசமாவது ஏன் என்று தர்க்கம் செய்ய இயலாது **('வழி')**. தன் காதலியோடு ஒருவன் மோகப் பரவச உச்சத்தில் கலந்து இலயித்திருக்கும்போது அவளுடைய கூந்தலால் அவள் கழுத்தை நெரித்துக் கொல்லுவதன் சூட்சமம் என்ன என்பதை விவாதித்து விளக்கிட முடியாது **('பித்துக்குளி')**.

பு.பி. க்கு மேற்கத்திய **'ஸயின்ஸ்'** மீது பலத்த சந்தேகம் இருந்திருக்கிறது. அதனைக் கிழித்துவிட்டு வேறுமாதிரி எழுத வேண்டும் - குறிப்பாக கீழை தேயத்து சித்தர்களின் பூடகமும், மாந்திரீகமும் (mysticism and occult) கலந்ததொரு மரபில் மார்க்கத்தைத் தேட வேண்டும் என்பதில் **பு.பி.** க்கு ஒருவிதப் பித்தமே இருந்திருக்கிறது. இவருடைய கலை இலக்கியம், கவிதை குறித்த தீர்க்கமான அபிப்பிராயங் களுக்குமே இந்த மாதிரிப் பித்தம் ஆதாரமாக இருந்திருக்கிறது. தர்க்கத்துக்குள் வாழ்க்கை அடங்கி விடாதது மாதிரி தர்க்கத்துக்குள் இலக்கியமும் அடங்கிவிடாது. இலக்கியக்கர்த்தாவும் இப்படித்தான் என்பதைப் **பு.பி.** திரும்பத் திரும்ப எழுதியிருக்கிறார்.

மேற்கத்திய உயிர்நூல் அறிவியலைக் கீழை தேயத்துப் (mysticism) பூடகவியல் வைத்துக் கேள்வி கேட்ட **பு.பி. ('உபதேசம்')**, மேற்கத்திய வைத்திய சாஸ்திரத்தைக் கீழை தேயத்து பூடகம் மற்றும் மாந்திரீகம் வழியாகத் திணறடிக்க முயன்றிருக்கிறார் ('ரத்தக் காட்டேரி'). முற்றிலும் விசித்திரமான கால, இட, வெளிகளில், அதர்க்கமான மனித, தாவர விலங்கினங்களின் புதிரான - மர்மமான உலகில் பயணம் செய்வதற்குப் **பு.பி.** முயன்றிருக்கிறார் ('கபாடபுரம்'), மேற்கத்திய படிப்பு, அறிவியல் பார்வை, தர்க்க பூர்வமான விளக்கங்கள் எல்லாம் ஆணின் பார்வைகளாகவும், இவை பற்றிய லட்சியம் இன்றி, அன்பு, அரவணைப்பு, முத்தம், மனநெருக்கம், மன விளையாட்டு, உல்லாசம், மனஉலக மிதப்பு, புறச்சுமையின்மை முதலானவை கீழைய மரபுப் பெண் (மற்றும் குழந்தையின்) பார்வைகளாகவும் **பு.பி.** சிலாகித் திருக்கிறார் **('இரண்டு உலகங்கள்')**. இப்படிப்பட்ட பார்வை **பு.பி.**க்கு மட்டுமல்ல, இந்திய மரபில், தமிழகத்துப் பார்ப்பன - வேளாள மரபில் ஊறியவர்களுக்கும் இருப்பதைக் காண்கிறோம். மேலை மார்க்கியம் - கீழை மார்க்சியம் என்று பாகுபடுத்திப் பார்த்து அறிவு X அன்பு என்றும் ஆண் X பெண் என்றும் வருணிப்பதைக் காண்கிறோம். பெண் - (குழந்தை) உலகம் மர்மமானது, விசித்திரமானது, விளக்க முடியாதது, உள் நோக்கியது என்று கூறப்படுவதைக் காண்கிறோம்.

பு.பி.க்கு இப்படிப்பட்டதொரு உலகம் ஒருவிதப் பற்றுக் கோடாகப் பயன்பட்டிருக்கிறது. அறிவும், தர்க்கமும் அவருக்கு நகரத்தில் நிம்மதியைத் தரவில்லை. இவை தீண்டத்தகாத ஒரு

பூடகமான உலகத்தைப் **பு.பி.** கீழை தேயத்து சித்தர் மரபிலிருந்தும் நாட்டுப்புறப் பண்பாட்டு மரபிலிருந்தும் சிருஷ்டித்துக் கொண்டிருக்கிறார். தர்க்கங்கள் **பு.பி.**யை அதர்க்கங்களின் அரணுக்குள் தஞ்சம் புக வைத்திருக்கின்றன. அறிவியல், பகுத்தறிவு, தர்க்கம் இருக்கின்ற வரை பூடகமும்-(mysticism), மாந்திரீகமும்-(occult), இருக்கவே செய்யும். *இவை தனி மனிதர்கள், சக்தி வாய்ந்த சமூக புறத்தோடு கொள்ளும் உறவிலுள்ள நிரந்தரமான இடைவெளியோடு சம்பந்தப் பட்டவை. இந்த இடைவெளி பூர்த்தி என்பது வர்க்கம், பால், சாதி, நிறம், இனம், என்பவற்றின் முரண்பாடுகள் முற்றாகத் தீர்கின்றதை ஒட்டியே நிகழும். அதுவரை தர்க்கத்துக்கும் அதர்க்கத்துக்கும் இடையில் தனி மனிதர்கள் மாற்றி மாற்றிச் சஞ்சாரம் செய்துகொண்டுதான் இருப்பார்கள். பு.பி.* இதனையே தம் கதைகளில் மிகத் திறம்பட - வெளிப்படக் கூறியிருக்கிறார். ஒரு பத்துக் கதைகளை எழுதிய அவர் காலத்து மௌனியைத் திருமூலர் என்று **பு.பி.** வருணித்ததன் காரணத்தையும் நம்மால் இப்போது உணர்ந்து கொள்ள முடிகிறது.

பு.பி. கதைகளில் தலித் மற்றும் பெண் பற்றிய சித்திரங்களின் நுட்பங்களைப் பின்னர் வேறொரு சந்தர்ப்பத்தில் பார்க்கலாம். தலித் இலக்கியம் பற்றிய அணுகலின் அடுத்த கட்டத்தை நோக்கிச் செல்லுவதற்கு நிச்சயம் இது வழிகோலும். இவை தலித் மற்றும் பெண்ணியப் பொருள்கோடலின் புதிய வெளிப்பாடுகளாக இருக்கும்.

5. கி.ரா. என்ற கதை சொல்லியும் கதை சொல்லியின் அரசியலும்

'வயது வந்தவர்களுக்கு மட்டும்' என்ற பெயரில், பாலியல் தொடர்பான நாட்டுப்புறக்கதைகளை, ஆசிரியர் கி. ராஜநாராயணன் (கி.ரா.) பற்பல நியாயங்களையும், தற்காப்பு நடவடிக்கைகளையும் செய்து கொண்டு தமக்கான நடையில் தொகுத்து வெளியிட்டிருக் கிறார். ஒரு சனரஞ்சகமான வெகுமக்கள் வியாபாரப் பத்திரிகையில் தொடராக வெளிவந்த இக்கதைகளைத் தனி நூலாக வெளியிட்டிருக் கிறார். நாட்டுப்புற இயலின் தொழில் நுட்பங்கள் ஏதுமின்றி கி.ரா. இவற்றைத் தம்முடைய பொருள் கோடலின் மறுபடைப்பாக ஆக்கியுள்ளார். இதனைக் கி.ரா. வின் பிரதியாகவே பார்க்க வேண்டும். அசல் நாட்டுப் புறக் கதைப் பிரதியின் பேரில் கட்டமைக்கப்பட்ட ஒரு நகலையே இக்கட்டுரை தனது விமர்சனப் பொருளாக எடுத்துக் கொள்கிறது. இங்கே, அசல்-நகல் என்ற சொற்களின் வழக்கமான உணர்த்தலில் உள்ள ஏற்றத்தாழ்வான மதிப்பீட்டை இக்கட்டுரை ஏற்க வில்லை. வேறுபாட்டைச் சுட்டுவதற்காகவே இச்சொற்கள் கையாளப் பட்டுள்ளன.

இப்பிரதியின் 'ஆசிரியர்' எனக் கூறும்போது, கி.ரா. வை உள்ளிட்ட பலரும், பலவையும் கணக்கில் கொள்ளப்படுகின்றனர். 'ஆசிரியரு'க்குள் கி.ராவும், அவரை அறியாமலேயே அவரும், பிறரும், பிறவும் பிரசன்னமாகியிருக்கிறார்கள். குறிப்பிட்டுச் சொல்வதானால், கதை சொல்லும் தாத்தையா நாயக்கர், கதை கேட்டு வினவும், கதை சொல்லும் சிறுவர்களும், மற்றும் பிரஞ்சுப் பேராசிரியர், பழமலை, கலைப்பட இயக்குநர் வி.எஸ். வாசன், டாக்டர் சண்முகசுந்தரம், முன்னோர்கள், கண்ணன், ஆழ்வார்கள், ராமன்-சீதை, பதிப்பாளர் ஆகியவர்களும் 'ஆசிரியரு'க்குள் அடக்கம். இவர்களோடு பள்ளிக்கூடம், இந்துக் கோவில், தேர், நுழைவாயில் விதானம், சிற்பங்கள், ஆங்கிலக் கல்வி, புதுவைப் பல்கலைக் கழகம், சிபிலிஸ் நோய் குறித்த வரலாறு ஆகியவையும் 'ஆசிரியருக்'குள் அடக்கம். இவர்களோடும், இவற்றோடும் கூட கதை கூறுகிற, கதைக்கு முன்னும் பின்னும் ஊடும் பேசுகிற, எழுத்தாளர் கிரா. வும் 'ஆசிரியர்' என்ற கருத்தியல் பிரயோகத்திற்குள் வருகிறார். இவர்களை, இவைகளை உள்ளிட்ட இந்த ஒப்பற்ற 'ஆசிரியர்' இந்தப் பிரதியை நிர்மாணித்ததின் வழியாக அசல் நாட்டுப்புற,

அதாவது ஆட்பட்ட சொல்லாடலை (Dominated discourse) மேலாதிக்கச் சொல்லாடலாக (Dominant discourse) உருமாற்றியமை குறித்து இக்கட்டுரை இனி விளக்கும்; இது இக்கட்டுரையின் கருதுகோளாகும். வேறு விதத்தில் கூறுவதானால் ஓரப்பகுதியின் எதிர்ப் பண்பாட்டு அம்சங்களைத் தணிக்கை செய்வதன் மூலமாக, ஆதிக்கப் பண்பாடு தன்னை ஒழுக்க சீலனாகக் காட்டுவதோடுகூட, அவற்றை மையப் பகுதிக்குரிய நுகர் பண்டமாகவும் ஆக்கியுள்ளது தெரிகிறது. சுருக்கமாக மையப் பகுதியானது, ஓரப்பகுதியைத் தனது குடியேற்றத்திற்கு உட்படுத்தியுள்ளது (Colonization) என்று கூறலாம்.

ஆசிரியர் கி.ரா. பல்வேறு தணிக்கைகள், நியாயங்கள், சிதைவுகளோடு தந்துள்ள இந்தப் பாலியல் கதைப் பிரதிக்கு, இந்தப் பிரதியைப் பலபடியாக விமர்சித்தும், பொருள் கொண்டும், நியாயப் படுத்தியும், அறுதித் தீர்வுகள் நீதிகளை வடித்தும் ஒரு உபரிச் சொல்லாடலைத் (Supplimentary discourse) தந்திருக்கிறார். இது கதைப் பிரதியின் போதாமையை நிரப்புவதாகவும், தேவைப் படாதவற்றை அகற்றுவதாகவும், பிரதியை விடவும் சான்றாண்மை மிக்கதாகவும் செயல்படுகிறது.

நியாயப்படுத்தல்கள்:

மைய ஆதிக்கப் பண்பாட்டின் 'மரியாதைக்கு' இசைவாக நாட்டுப்புறப் பாலியல் கதைகளை நியாயப்படுத்துகிற ஆசிரிய முயற்சி என்பது, அந்த ஆதிக்கப் பண்பாட்டின் கபடமான நீதி நியாயங்களை முன்னெடுத்து வைப்பதாக அர்த்தம். மேலாதிக்க மையத்தின் 'கௌரவமான' அறிவியல், நீதிநெறி, கல்வி, மதம் முதலிய சொல்லாடல்களை முன்மாதிரிகைகளாக வைப்பதாக அர்த்தம்.

1. அறிவியல்:

நாட்டுப்புறப் பாலியல் கதைகளைக் கனப்படுத்தவும், அதுவுங்கூட ஓர் உயர் ஆய்வுக்குரிய தற்சார்பற்ற பொருள் என்று நிலை நாட்டவும் அறிவியல் சொல்லாடல் பயன்பட்டுள்ளது. அறிவு நிலையில் உணர்ச்சி வசப்படாமல், தற்சார்பற்றுப் பாலியலை நோக்க வேண்டும் என்ற நிலைப்பாட்டை மேற்கொள்ளச் சொல்லுகிறது. கிராமப்புறத்துத் தாத்தையா நாயக்கர், நகரங்களில் தங்கி அந்தக் காலத்து ஆங்கிலம் கற்றவர் என்ற தகவலை ஆசிரியர் நுழைப்பதைத் தொடர்ந்து குறிப்பாக உணர்த்தப்படுகிற அர்த்தங்களின் நீட்சியானது, மேற்குலகம், அறிவுலகம், அறிவியல், தொழில் நுட்பம், முன்னேற்றம் ஆகியவற்றால் குறிப்பீடு செய்யப்படுகின்றன அல்லவா? "அந்தத் தாத்தா.... பயங்கரமா கெட்ட வார்த்தை கதைகள் சொல்வார்" என்கிற ஓரப்பகுதி விசயத்தை, அந்தத் தாத்தா ஆங்கிலம் கற்றவர் என்ற தகவலானது மிக மறைமுகமாக மேல்

தளத்திற்கு நகர்த்தி விடுகிறது. இறுதிக் கதையில் இதே தாத்தா வழியாக 'சிபிலிஸ்' என்ற பால்வினை நோய் குறித்த அறிவியல் - வரலாற்றுச் சொல்லாடல் இடம் பெறுகிறது. கதைக்குள்ளேயே இடம் பெறுகிறது. சாதாரணமாக, 'கெட்ட' 'பாலியல்' கதைகளைக் கூறுபவர், அதற்கு நேர் மாறானவர்; உயர்ந்த ஆங்கிலம் கற்றவர்; வரலாறு தெரிந்தவர், கல்விமான், அனுபவஸ்தர் ஆகிய உயர் பிம்பங்கள் பெற்றவர் என்ற நியாயங்கள் உண்டாக்கப்பட்டு விடுகின்றன.

'மேற்கு' பற்றிப் பதினோராவது, பதினெட்டாவது கதைகளில் மேற்கோள்கள் இடம் பெறுகின்றன. இவ்விரண்டிலும் ஃபிரெஞ்சுக் கதை மற்றும் சம்பவமும், பின்னர் ஏழாவது கதையில் அந்நிய நாட்டுக் கதை (36) ஒன்றும் முன் மாதிரிகளாக எடுத்துரைக்கப்படுகின்றன. ஃபிரெஞ்சு நாட்டில் ஓர் அரசனை மரணத்திலிருந்து காப்பாற்றிய நூறு பாலியல் கதைகள் தாராளமாக வெளியிடப்படுகின்றன. அங்கு எதிர்ப் பில்லை; ஆனால் இவற்றையே தமிழில் மொழி பெயர்க்க இயலாது; தமிழர்கள் ஏற்கமாட்டார்கள் என்று ஒரு ஃபிரெஞ்சுப் பேராசிரியர் கூறியது எடுத்துரைக்கப்படுகிறது. அறிவியல் முன்னேற்றமும், தாராள வாத சனநாயகமும் கொண்டவர்கள் ஏற்கிறார்கள். இப்படி இல்லாத தமிழர்கள் ஏற்கமாட்டார்கள்; எதிர்ப்பார்கள். முன்னேறியவர்கள் ஏற்பார்கள்; அப்படி இல்லாதவர்கள் அசிங்கம் என்பார்கள் என்று உணர்த்தப்படுகிறது.

இங்கே மேற்கு, அறிவியல் குறித்த ஒரு தொன்மம் உருவாக்கப்படுகிறது. அறிவியல் எப்போதும் சலித்தெடுக்கப்பட்ட உண்மை என்பதோடு தொடர்புறுத்தப்படுகிறது. ஆதிக்கச் சொல்லாடலின் அறிவியல் என்பது கறாரான விதிமுறைகள். சோதனை முறைகள், வரையறைகள், அளவைகள் வழியாகத் தற்சார்பற்ற நோக்கில் உண்மையைக் கண்டு அறிந்து நிரூபணம் செய்வது என்று நம்பப்படுகிறது. இந்த உண்மை யின் விளைவு என்னவெனில், அறிவியலுக்கு உடைமை பூண்டவர்கள், உறவுடையவர்கள், நடுநிலையாளர்கள், எவற்றையும் சரியாகவும் தற்சார் பின்றியும் அணுகுவார்கள் என்றும், இங்கு நடப்பதெல்லாம் சரியாகவும் யாருடைய விருப்பு வெறுப்புக்கும் உரியதாக இன்றியும், உண்மையின் பேரால்தான் நடக்கிறது என்றும் ஒருவித தொன்மம் உருவாக்கப் பட்டுள்ளது.

ஆனால் ஆட்பட்ட பண்பாட்டின் உலகப்பார்வை வித்தியாசமாக இயங்குகிறது. இங்கே 1:1 என்ற எதார்த்த அறிவியல் பரிமாணம் செயல் படுவதாகத் தெரியவில்லை. பால் உறுப்புகள் 'எதார்த்த' அளவிலின்றி பிரமாண்டமானதாகவும் அதிக எண்ணிக்கை கொண்டதாகவும் நாட்டுப்புறக் கதைகளில் இடம் பெறுவது முன்னர்க் குறிப்பிட்ட அறிவியல் சொல்லாடலுக்கு முரணாக உள்ளது. பால் உறுப்பில்

மட்டுமின்றி, ஏனைய கண், பல், நாக்கு, கை, கால், வயிறு முதலான உறுப்புகளும்கூட அறிவியல் தருக்கம் வரையறுக்கும் 'உண்மை'யை மீறி, அதீதமாகவும், தற்சார்பான உணர்வுப் பாங்கில் மிகையான பரிமாண முள்ளவையாகவும் படைக்கப்பட்டுள்ளன. ஃபிராய்டு சொற்களில் கூறுவதாயின், ஆதிக்கப் பண்பாட்டின் அறிவியல் சொல்லாடல் எதார்த்தக் கொள்கை (Reality Principle) வழிப்பட்டதாகவும், வேறு வேறு தளங்களில் இயங்கிக் கொண்டிருக்கின்றன என்றும் கூறலாம். ஆசிரியர் கி.ரா. இன்பக் கொள்கை வழிப்பட்ட 'மாசற்ற' சொல்லாடலை, எதார்த்தக் கொள்கை வழிப்பட்ட அறிவார்ந்த தளத்திற்கு 'உயர்த்த' முனைந்துள்ளார்.

2. நீதி நெறி

நீதி புகட்டுதல், போதனை, நன்னெறிப் படுத்துதல், படிப்பினை என்பவை மையத் தமிழ்பண்பாட்டின் மிக நீண்ட மரபாக இருந்து வந்துள்ளன. இவை அனைத்தும் முந்த முந்த, தனி உடைமை உறவுகளுக் கிடையில் உரசல் - விரிசல் வராதவாறு கருத்தியல் பணிபுரிந்து வந்துள்ளன; இன்னும் புரிந்து கொண்டிருக்கின்றன.

கி.ரா. நாட்டுப்புறப் பாலியல் கதைகளை வெளியிடுவதற்காக நீதி புகட்டலை ஒரு நியாயமாக முன் வைக்கிறார். நூலின் ஆரம்பத்தில் கிட்டான் என்ற சிறுவன், தான் பள்ளிக் கூடத்தில் ஆசான் வழி கேட்டறிந்த நீதி புகட்டும் கதையைக் (குரங்கு, குருவிக் கூட்டைப் பிய்த்த கதை) கூறுகிறான். இக்கதையின் முடிவில் 'மூடர்களுக்குப் புத்தி சொல்லக் கூடாது' என்ற நீதி கூறப்படுகிறது. இதே நீதியை உடனே தாத்தையா நாயக்கர் நூறு கழுதைகளும் கரிக்குருவியும் என்ற பாலியல் கதை வழியாக 'பலசாலிகள்ட்டெயும் முரடங்க கிட்டெயும் ஞாயம் எடுபடுமா?' என்று சற்று வேறுபட்ட வார்த்தைகளில் சொல்கிறார். பாலியல் கதைகளிலும் உயர்ந்த நீதி, படிப்பினை இருக்கிறது என்பதை ஆசிரியர் நிரூபிப்பதுபோலத் தெரிகிறது. எத்தனை அயோக்கியத் தனமாக இருந்தாலும், தோற்றத்தில் மிக உன்னத விஷயமாகக் காட்டுவதில் கை தேர்ந்த ஆதிக்கப் பண்பாட்டுக்கு ஏற்றபடியாக ஓரப் பகுதிப் பாலியல் கதை ஞானஸ்நானம் பெற்று விடுவதையே இங்கு அவதானிக்க முடிகிறது. இதில் வேடிக்கையும் வேதனையும் என்ன வெனில் ஆதிக்கப் பண்பாட்டின் பார்வையிலேயே கி.ரா. நாட்டுப்புறப் பாலியல் கதைகளில் 'ஆபாசங்களை' கண்டிருப்பதுதான். பச்சை யானவற்றைச் சமைத்திருப்பதாக நினைத்திருக்கிறார்.

கி.ரா. பாலியல் கதைகளை நீதிக் கதைகளாகக் குவித்திருப்பதால், குறிப்பாக பாலியல் போதனைகளாக மாற்றியிருப்பதால் சிக்கல்கள் எழுந் துள்ளன; சிதைவுகளும், பொருத்தமில்லாத பொருள் கோடல்களும் ஏற்பட்டுள்ளன.

ஒரு கதைக்கு (21) 'உதவாத புருஷன்னாலும், ஒரு ஆண் துணை பெண்ணுக்கு வேணும்' என்ற படிப்பினை தரப்படுகிறது. இது மூலக்கதையில் உள்ளதா என அறிய வழியில்லை. வேறு உத்தேசங் களையும், பரிமாணங்களையும் கொண்டுள்ள ஒருகதைக்கு (3) தாத்தையா வழியாகக் கி.ரா. கோர்ட்டுக்குப் போனால் நீதி கிடைக்காது என்ற படிப்பினையைத் தருகிறார். இதனை மேலும் உறுதிப்படுத்த, நடப்பில் திருவனந்தபுரம் ஹைகோர்ட்டில் 'கோர்ட்டுக்கு வராதே. வந்தால் உனக்குச் சட்டிதான் மிஞ்சும்' என்ற படிப்பினையை உணர்த்தும் படம் தொங்குவதைத் தாத்தையா மூலம் கி.ரா. சொல்கிறார். கபடமான மேலாதிக்க நீதி நெறிச் சொல்லாடலுக்குள் நாட்டுப்புறப் பாலியல் கதையைச் செறிக்க முயன்றதற்கு வாசகரை ஏற்க வைப்பது நோக்கமாக இருந்தாலும், நாட்டுப்புற மக்களின் பாலியல் கதையின் உயிரையே இது திருகுவதுபோல் ஆகிவிடவில்லையா?

இந்த மூன்றாம் கதையைச் சற்று நோக்க வேண்டும். இதன் பாலியல் தன்மை கதை முடிவில், "கரு கலைந்ததற்குக் காரணமாக இருந்த ஏகாலியே அந்தக் கருவை உண்டாக்கித் தரக் கடமைப்பட்டவன்" என்ற நீதிபதியின் தீர்ப்பில் அடங்கியுள்ளது. இந்தத் தீர்ப்பு எதார்த்தத் தளத்தில் நடக்க முடியாத ஒன்று; ஆதிக்கப் பண்பாட்டில் நினைத்துப் பார்க்க முடியாத ஒன்று; இது எதார்த்த நீதிபதியின் தீர்ப்பல்ல; ஒடுக்கப்பட்ட ஏகாலி மக்களின் ஓர்மையற்ற ஆசைகள் மேலாதிக்க ஆதிக்கக் கூறான நீதிமுறையைப் பகடி செய்கின்றன. அவர்களுடைய கலகப் பண்பாட்டின் அம்சம் இது.

கதையில் ஏகாலியின் கழுதை, பெரிய தனக்காரர் தம் மனைவிக்கு ஆசையாக வளர்த்த முளைக்கீரையை மேய்ந்து விடுகிறது; அவர் அதன் காலை ஒடிக்கிறார். நியாயம் கேட்டு வந்த ஏகாலியைப் பெரியதனக் காரரின் கர்ப்பிணி மனைவி விளக்கு மாற்றால் அடிக்க ஓடிவருகிறாள். ஏகாலி தற்காப்பில் இறங்கிய போது தவறுதலாகக் கர்ப்பிணி விழுந்து, அவள் கரு கலைகிறது. கழுதையும், ஏகாலியும் வேண்டுமென்று குற்றம் புரியவில்லை. பெரியதனக்காரரும், அவர் மனைவியும் உடைமையாளர் களுக்குப் பிறரைத் தண்டிக்க உரிமை உண்டு என்கிற இயல்பின்படியே செயல்படுகிறார்கள். தொடர்ந்து ஏகாலிகளுக்கும், பெரியதனக்காரர் களுக்கும் இடையே சாதிக் கலவரத்திற்கான நெருக்கடி ஏற்பட்டுப் பின் சமாதானமாகிறார்கள். ஆனால் ஏகாலியைத் தண்டித்தே தீரவேண்டும் என்று வன்மம் கொண்ட பெரியதனக்காரர் நீதிமன்றம் என்ற அரசு அதிகார நிறுவனத்தை நாடுகிறார். விசாரணை நடக்கிறது. இதுவரை கூறப்பட்ட கதைப்பகுதி ஆசிரியரின் எதார்த்த வகை எடுத்துரைப்பில் அமைந்துள்ளது. நாட்டுப்புறக் கதையினும் பார்க்க ஒரு நவீன கி.ரா.பாணிக் கிராமியச் சிறுகதை என்றே இதனைக் கருதமுடியும். ஆனால் இறுதியில் தீர்ப்பு மட்டும் இக்கதையை ஒடுக்கப்பட்ட ஏகாலி

மக்கள் ஒடுக்குபவர்களைப் பார்த்துப் பகடி செய்கிற கதையாக வேறு காரணங்களுக்காக மாற்றியமைத்திருப்பதால், ஓரப்பகுதி மக்களின் சிரிப்பு, நக்கல் ஆகியவை இவ்விதப் ‘பாலியல்’ கதைகளில் கொப்பளிக்க எவை காரணம் என்பதை உணர முடியாத படி செய்துள்ளார்.

பெண்களுடைய பாலியல் தந்திரம் பற்றிய கதைகளில் (9, 10, 14) அடக்கி ஒடுக்கப்பட்ட ஆண், பெண் உடலும் மனமும் எத்தனையோ விதங்களில் தீர்த்துக் கொண்டே தீரும் என்கிற உபதேசம் (பக்கம் 51) இடம் பெறுகிறது. இக்கதையில் வரும் பவளக்கொடியும் பட்டி - விக்கிரமாதித்தியர்களிடம், பெண்ணின் பாலியல் பசிக்கு உணவு இடாவிட்டால், அவள் அதை எவ்விதத்திலும் நிறைவேற்றிய தீர்வாள் (பக். 64) என்று உபதேசம் புரிகிறாள். ஆனால் கதை வேறு மார்க்கத்தில் செல்லுகிறது. கிரா.சலித்தெடுத்த போதனை இக்கதையில் தென்படவில்லை.

இக்கதையைப் படிப்பவர்கள், இக்கதையில் ‘பாலியல் பசி’ அல்லது அமுக்கப்பட்ட, அடக்கப்பட்ட பால் (repressed sex) என்பதைவிட சவால் விடப்பட்ட பெண்ணின் பால் (Challenged sex) என்பதுதான் கதையாடலாகியிருக்கிறது என்று அவதானிக்க முடியும். ஒடுக்கப்பட்ட பெண்ணின் பாலுக்கு விடப்பட்ட சவால் என்பதில் ‘பாலியல்’ இருப்பது ஒரு உபவிசயமேயன்றி, அதுவே பிரதானமாக இல்லை. இக்கதையில் பவளக்கொடியால் பயன்படுத்தப்படும் ஏகாலி இளைஞனுக்கு ஆதிக்கப் பண்பாடு சவால் விடுமேயானால் அது பால் சார்ந்ததாக இராது; மாறாக, சாதியைச் சார்ந்ததாகவே இருக்கும். பெண் தனது ஒடுக்கப்பட்ட பாலியல் களத்தில் நின்று மேலாதிக்க ஆணைச் சவாலிட்டு வெல்லுவது என்பது ஒடுக்கப்பட்ட மாற்றுக் கலகப் பண்பாட்டின் பொதுவான அம்சமாகும்.

3. தணிக்கை

இப்படிப் பாலியல் கதைகளை அவற்றுக்குக் கொஞ்சமும் தேவைப்படாத நகாசு வேலைகளைச் செய்து கி.ரா. கபடத்தனம் மிக்க ஆதிக்கப் பண்பாட்டிற்குள் நியாயப்படுத்தவும், தம்மை நியாயப் படுத்தவும், போலிப் பண்பாட்டில் சிக்குண்ட வாசகர்களைச் சங்கடப் படாமல் ஏற்கச் செய்யவும் நீதி படிப்பினைகளைத் தந்துள்ளார். கூடவே சில தணிக்கைகளையும் செய்துள்ளார். நீதி படிப்பினை என்ற மேலாதிக்க நடைமுறைக்கு வந்து விட்டாலே கூடவே தணிக்கை செய்யும் செயலும் கோத்துக் கொள்ளுகிறது. நீதி, நெறி, அறம் எல்லாமே தணிக்கையின் பேரில் கட்டமைபவை தானே?

மேலாதிக்கப் பண்பாட்டை ஓர்மை மனம் என்றால், ஆட்பட்ட ஓரப்பகுதி பண்பாட்டை ஓர்மையற்ற மனம் எனலாம். இந்த ஓர்மையற்ற மனம் எப்போதுமே ஓர்மையின் கபடத்தனமான முறையை மீறும்;

அதைப் பார்த்துச் சிரிக்கும்; பகடி பண்ணும்; இந்த ஓர்மையற்ற பண்புள்ள ஓரப்பகுதிப் பண்பாட்டின் கணக்கற்ற பகடி, கிண்டல், நக்கல் வடிவங்களை ஆதிக்கச் சொல்லாடலானது அவ்வக் காலங்களில் தணிக்கை செய்து வந்துள்ளது; அழித்தும் வந்துள்ளது என்று பக்தின் (1895-1975)[1] எழுதியுள்ளதை இங்கு நினைத்துப் பார்க்கலாம். ஓர்மை மனமானது, ஓர்மையற்ற மனதைச் சதாகாலமும் தணிக்கைகளுக்கு உட்படுத்து வதைப் போலவே, இங்கு நாட்டுப்புறப் பாலியல் கதைகளின் கூறுகளை, ஆதிக்கப் பண்பாட்டின் நீதி நெறிச் சொல்லாடலானது தணிக்கை செய்கிறது.

கி.ரா. இரண்டாவது கதை முடிவில் தாமே நேரடியாகத் தணிக்கை செய்வதை வாசகர்களிடம் கூறுகிறார். தேள் கொட்டியதாக பாவித்த சம்சாரியின் லிங்கத்தை வேறு வழியின்றி சப்பிய கடைக்காரனின் "கதை என்னாச்சின்னு கேக்கிற உங்களுக்கு ஊர்க்காரர்கள் சொன்ன பதிலெ இங்க எழுத முடியாது" (பக். 17) என்று கி.ரா. எழுதுகிறார். இங்கே வெகுமக்களின் வாரப் பத்திரிகைத் தொடருக்கான உத்தியோடுகூட, பாலியல் கதையின் ஓரம்சத்தைத் தணிக்கை செய்திருப்பதும் புரிகிறது. "உங்களுக்கு" என வாசகரை விளிக்கிறபோது, ஆசிரியர் தம்மை பாலியல் கதைகளைக் கேட்டு, அவற்றை வாசகர்க்கு ஏற்ப அறிவிக்கும் ஒரு மூன்றாம் நபராகக் காட்டுகிறார். அதே சமயம் அக்கதைகளின் 'உபரியான பாலியலை' (Surplus sex) தணிக்கை செய்பவராகவும் தம்மைக் காட்டுகிறார். அவர் ஓர்மையின்றியே மேலாதிக்கப் பண்பாட்டின், அதன் அதிகாரத்தின், அதன் நீதி முறையின் தணிக்கையாளராக ஆகிவிடுகிறாரல்லவா?

இத் தணிக்கையால் ஏற்படும் விபரீத விளைவுகளையும் காண வேண்டும். ஆசிரியர், கதைகளில் 'தகாத' பால் உறுப்பு, செயல், பேச்சுகளை எழுதுகிறபோது கையாளுகின்ற 'இடக்கரடக்கலான' குறியீட்டுச் சொற்களும், தொடர்களும் மூலத்தில் நாட்டுப்புறக் கதைகளில் கொப்புளிக்கின்ற குசும்பு, கும்மாளம், குமைத்தல், விளையாட்டு முதலான கட்டுமான வெளிப்பாடுகளை இடம் பெயர்த்து விட்டு நடுத்தர வகுப்பினர் படித்து ரசிக்கும் Dirty jokes-களாகக் கதைகளை ஆக்கிவிட வில்லையா?

எடுத்துக்காட்டாக, 'திருவாளர் அத்தை கொண்டான்' கதையில் இடம் பெறும், 'ரொம்ப நேர்த்தியாகவும் உறுதியாகவும் செஞ்சிருக்காம்', 'ரொம்ப நல்லாச் செஞ்சி பொருத்தியிருக்காம்', ஒங்க மாமனாருக்குக்கூட இப்படி வாய்ப்பா அமையலியே' ('வெள்ளோட்டம்' பக். 29) முதலான இரட்டை அர்த்தம் தரும் சொற்களும் தொடர்களும் மூல பாடத்திலுள்ள மாசற்ற தன்மையைப் பாழடிக்கவில்லையா? எவற்றை நாசூக்காக, படித்த நடுத்தர வகுப்பு, நகர்ப்புற வாசகர்களுக்குப் பிரபல பத்திரிகை வழியாகத் தணிக்கை செய்து கூற நினைத்தாரோ, அவை இரட்டை

அர்த்தம் தொனிக்கிற சாதாரண - விகாரமான - நகைச்சுவை என்ற விபரீதத்தை உண்டாக்கவில்லையா? ஆதிக்கப் பண்பாட்டின் சுயரூபம் இங்கே வெளிப்படுகிறது. இதன் கபடத்திற்குப் பெயர்தான் நாசூக்கு! இப்படி ஆக்கிய பிறகு கி.ரா. இதற்குப் பண்பாட்டு மானுடவியல் விளக்கங்களைச் செந்தரப்பட்ட தமிழில் (STANDARD TAMIL) கூறுவதால், தொடர்ந்து அடுக்கடுக்கான விபரீதங்களே தோற்று விக்கப்படுகின்றன. மற்றொரு கதையில் 'அவளோட அடி வயித்துக்குக் கீழே உள்ள 'கொகை'க் குள்ளே தள்ளி மூடிக்கிட்டாளாம்' (பக்கம். 33) என்பதில், இடக்கரடக்கலாகப் பெய்யப்பட்ட 'குகை' என்ற சொல் மூலச் சொல்லை விடப் பல மடங்கு விகாரப் பதிவை ஏற்படுத்து கிறதல்லவா? நாட்டுப்புற மக்கள் குழுவிற்குள் அவர்களுக்கே உரிய இயல்பான அகராதியில் உள்ள, புழங்குகிற, அர்த்தப்படுகிற, ஒரு சொல் தணிக்கையாளரின் குறுக்கீட்டின் காரணமாக, மேலாதிக்க கபட நாகரிகத்தில் விகாரமான அர்த்த பரிமாணத்தைப் பெற்று விடுகிறது.

நாட்டுப்புற மக்களிடம் இச்சொற்கள் மனக்கரவின்றி வெளிப்பட்டு, விளையாடி, ஏற்படுத்துகிற மனநிலை வேறு; இவையே இடக் கரடக்கலாக, இரட்டை அர்த்தம் தரும் தொழில் நுட்பத்தில் இடம் பெயர்ந்து வேறுவித சமூக தளத்தை எட்டுகிற போது ஏற்படுத்தும் மனநிலை வேறு. மேலாதிக்கப் கபடப் பண்பாட்டில், எளிய நாட்டுப்புற, பாலியல் பகடிக் கதைகள் நடுத்தர வகுப்பாரின் வக்கிரமான ரசனைக்குரிய பண்டங்களாகவே சிதைந்து விடுகின்றன. பூர்ஷ்வா பத்திரிகைக்கும், பதிப்பகத்தாருக்கும், ஆசிரியர்க்கும் இப்பண்டங்கள் வாசகச் சந்தையில் செலவாணியாகி இலாபத்தைத் தருகின்றன. மொத்தத்தில் விற்பனைக்கு ஏற்றபடி பாலியல் கதைகள் 'பாலிஷ்' செய்யப்பட்டுள்ளன. பாலிஷ் பண்பாட்டுக்குப் பாலிஷ் தேவையல்லவா?

ஆசிரியரின் தணிக்கை முறையால் பூடகமாக்கப்பட்ட மூலப்பிரதி, தன் பூர்வ விகாசிப்புகளை இழந்து விடுகிறது. இது தற்போதுள்ள கபட மான மேலாதிக்க ஒழுங்கமைப்புக்குள்ளே, இதனை அவஸ்தைப் படுத்துகிற, விலக்கப்பட்ட பண்பாட்டை முடமாக்கி வக்கிரப் படுத்துவதில் சென்று தேய்கிறது. இதனை ஒட்டி இந்த நூலுக்கு இடப்பட்ட தலைப்பையும் காண வேண்டும். 'வயது வந்தவர்களுக்கு மட்டும்' என்ற தலைப்பு பல்வேறு குறிப்புப் பொருள்களை ஏக காலத்தில் குறிப்பீடு செய்கிறது.

கதைகள் - தாத்தா, சிறுவர்கள் ஆகியோரிடையே வயதை ஒரு வரம்பாகக் கொள்ளாமல் இயங்கிக் கொண்டிருக்கின்றன. ஆனால் பதிப்பகம் - புத்தகம் - வெளியீடு - வாசகர்கள் என்ற நிறுவன வடிவங்களுக்கு வருகிறபோது 'வயது' வரம்பு புதிதாக நுழைகிறது. இந்த முரண்பாடு எதனால்? ஒருபக்கம் இப்படி 'வயது வந்தவர்களுக்கு

மட்டும்' என்ற தலைப்பு, ஆசிரிய - வெளியீட்டாரின் தந்திர உபாயமாக (Strategy) இருப்பதோடு, மறுபக்கம் இது சமகாலத்தில் இருந்து கொண்டிருக்கிற வெகுமக்கள் தொடர்பு சாதனப் பண்பாட்டை குறிப்பால் உணர்த்தி அதனைப் பயன்படுத்தவும் செய்கிறது. 'வயது வந்தவர்களுக்கு மட்டும்' (A) என்ற சான்றிதழ் வெகுமக்கள் பண்பாட்டின் ரசிகர்களிடையே தைரியமான - ஓவரான - விகாரமான பாலியல் பற்றிய கட்டாயமானதும், 'குதுகுது'ப்பானதுமான ஓர் எதிர்பார்ப்பினை ஏற்படுத்துவதை இந்த நூலுக்கும் நீட்டிக் கொள்ளலாம் (கி.ரா. விடம் நேரில் கேட்டபோது, அது தமது தேர்வு அல்ல; தமக்குப் பிடிக்கவில்லை; தாம் தந்த பெயர் 'பாலியல் கதைகள்' தான்; வெளியிட்டவர்களே, 'பாலியல் கதைகள்' என்றால் வாசகச் சந்தையில் எடுபடாது என்று அவர்களாகவே இதற்குக் 'கவர்ச்சிகரமான' தலைப்பைத் தேர்வு செய்தார்கள் என்று கூறினார்.

'பாலியல் கதைகள்' என்றால் சாதா வாசகனுக்குப் புரியாது என்பது அவர்கள் மறுத்ததற்கான காரணம் என்பது ஒருபுறம் இருக்கட்டும்; 'பாலியல் கதைகள்' என்பதே திசை திருப்பிவிடக் கூடிய சக்தி பெற்றதாகும். அதற்கென்றே பூர்ஷ்வா சந்தையில் தனி ரகம் இருக்கிறது. அது வக்கிர ரகமாகும்.

4. கல்விச் சொல்லாடல்:

நாட்டுப்புறப் பாலியல் கதைகளை வெகுமக்கள் பண்பாட்டிற்குள் கொண்டு வருகிறபோது, நுகர்வோராகவும், நிலவுடைமைத் தமிழ்ப் பண்பாட்டாளராகவும் இருக்கிற தமிழ்வாசகர்களை ஏற்கச் செய்வதற்காக கி.ரா. வேறொரு உத்தி அல்லது தந்திர உபாயத்தைச் செய்துள்ளார். இங்கே புதிதாக அரங்கேறுகிற எவ்விதச் சொல்லாடலும் கல்வி வட்ட அங்கீகாரம் பெறும்போதே கௌரமானதாகக் கருதப் படுகிறது. புதுவைப் பல்கலைக்கழக உயர்வு ஆய்வுப் பொருளாக டாக்டர்கள் பலர் கூடி விருப்பு வெறுப்பின்றி ஆயத்தக்க உயர்ந்த விசயமாகப் பாலியல் கதைகள் இருக்கின்றன. பேராசிரியர்கள், கவிஞர்கள், கலைப்பட இயக்குநர்கள் விவாதிக்கினற அளவிற்கு இவை முக்கியத்துவம் பெற்றிருக்கின்றன. 'பால்வினைக் காரியங்களைக் கேட்டுச் சிரித்துவிட்டு யோசிக்கவும் வேண்டியதிருக்கிறது' (பக். 39) என்று கி.ரா. எழுதும்போது அறிவார்ந்த பணியோடு இக்கதைகள் இணைக்கப்படுவதையும் காண முடிகிறது. பதினெட்டாவது கதையின் ஊடே கி.ரா. புகுந்து தாம் இப்படிப் பாலியல் கதைகளைத் தேர்வு செய்து வெளியிடுவதற்கான நோக்கம், பாலியல் பற்றிய அறியாமையை நீக்குவதே (Sex Education) என்கிறார். நூலில் பல இடங்களிலும் இதைத் திரும்பத் திரும்பக் கூறுகிறார்.

இதோடு மட்டுமின்றி மற்றொரு முக்கிய விசயத்தை இதனோடு தொடர்புறுத்திப் பார்க்கலாம். ஆசிரியர் பல சந்தர்ப்பங்களில் கதைத் தொடக்கத்திலும், முடிவிலும் பண்பாட்டு மானுடவியல் கூற்றுகளைச் செந்தரப்பட்ட தமிழில் பொன்மொழிகளைப் போல எழுதிச் செல்லுகிறார். கதைப் பிரதி பேச்சுத் தமிழில் இருக்க இக்கூற்றுகள் யாவையும் உயர் தமிழ் நடையில் அமைந்துள்ளன. பேச்சுத் தமிழைக் காத்து அரண் செய்வது போல, அதற்குச் சிபாரிசு செய்வது போல, எழுத்துத் தமிழ் நடை அமைந்துள்ளது. இப்படி ஆசிரியர் குறுக்கும் நெடுக்குமாக ஓரப்பகுதி சொல்லாடலுக்கு மேலாதிக்கச் சொல்லாடல் களை வரப்புகளாகப் போட்டிருக்கிறார்.

ஒரு கதையை முடிக்கிறபோது, அந்தக் கதையின் பாட பேதங்கள் பற்றிய தகவலையும், அந்தக் கதையைத் தாம் பல்கலைக்கழக உயர் ஆய்வரங்கில் வாசிக்கப்பட்ட ஆய்வுக் கட்டுரையிலிருந்து கதையி லிருந்து உருவாகிக் கொண்ட தகவலையும் குறிப்பிடுகிறார். ஆய்வு நெறி முறையோடு, நாட்டுப்புறப் பாலியல் கதைகளை இணைத்துக் காட்டுவதன் வழியாக, இத்தகைய கதைகளும் இவற்றை வெளி யிடுவதும் அசாதாரணமான விசயம், சாமான்யமானதல்ல என்பது நிலை நாட்டப்படுகிறது.

கி.ரா. ஆங்காங்கே பண்பாட்டு மானுடவியல் கூற்றுகளைத் தந்து, பாலியல் கதைகளை அவற்றின் வழியில் நோக்கச் சொல்லியிருப்பதில் சில திரிபுகள் ஏற்பட்டுள்ளன. உதாரணமாக, நான்காவது கதைத் தொடக்கத்தில், கதையில் வரப்போகிற அண்ணன் தங்கைக் கிடையிலான விலக்கப்பட்ட பாலுறவு நாட்டத்திற்கான மானுடவியல் கண்டுபிடிப்பை ஒரு முன் எச்சரிக்கை போல எடுத்தெழுதுகிறார்.

அது பின்வருமாறு:

> “திருமணம் என்ற ஒன்று ஏற்படாத கால கட்டத்தில் நிலவிய வரைமுறையற்ற பால் உறவுகள் பற்றியும், திருமணம் எனும் உறவை ஏற்படுத்தி அதைச் சரியாக ஆரம்பத்தில் அமுல்படுத்த முடியாமல் நிகழ்ந்த நடப்புகளைப் பற்றியெல்லாம் கதைகள் பேசும்.” (பக். 23)

இந்தப் பொத்தாம் பொதுவான, பொதுப்புத்திப் பாங்கான கூற்று மிக எளியதொரு அபிப்பிராயம் என்ற அளவோடு முடிந்து விடுகிறது. எளிமைப் படுத்துதல் என்பதற்கு ஆழ அகலத்தைக் காட்டக்கூடாது என்பது பொருளாக இருக்க முடியாது. இக்கதையில் சுட்டப்படுகின்ற மிகத் தொன்மை வாய்ந்த நாகரிகத்தால் விலக்கப்பட்ட தகாப் புணர்ச்சிக்கான உறவு நாட்டமானது, இயற்கை இயக்கம் சார்ந்தவற்றோடு தொன்மங்களாகப் பலத்த உருவகக் குறியீடுகளாகப்

பொதியப் பட்டுள்ளது. பால் அமுக்கம், குற்றவுணர்வு உருவகப் பாங்கான மடைமாற்று ஆகியவற்றுக்கு இடையிலான உறவுகளைக் காண வேண்டியதிருக்கிறது. ஆண் - பெண் அலைகள் என்று மனிதமயப் படுத்தப்பட்ட இயற்கைப் பொருட்கள், அண்ணன் தங்கை என்ற மானிடச் சங்கேதப் பொருளைப் பெற்றுவிடுகின்றன. முன் அலையைப் பின் அலையால் ஒருபோதும் தொடமுடியாது என்ற இயற்கையின் நிர்ணயமானது, அண்ணனும் தங்கையும் இணையவே முடியாது என்ற செயற்கையான சமூக நிர்ணயத்திற்கான இயற்கைத்தனத்தை எற்படுத்திக் கொடுக்கிறது. உடைமைச் சமூகத்தின் செயற்கையான ஒழுங்குமுறை இங்கே இயற்கை மயமாக்கப்படுகிறது. இவ்வாறு இயற்கை, செயற்கையான பண்பாடு, தொன்மம், குறியீட்டுப்பாங்கான குறிப்பீடு, உளவியல் முதலானவற்றோடு பின்னிப் பிணைந்துள்ள மாபெரும் வரலாற்று அறிவைப்பற்றி ஆசிரியர் தரும் எளிய கூற்று மௌனம் சாதிக்கிறது. ஏக காலத்தில் கி.ரா. தம்மைக் கதை சொல்லியாகவும், நடுநிலையாளராகவும், மானுடவியல் புலமையாளராகவும் நிர்மாணிக் கிறபோது, இந்த எண்ணங் களுக்காக மூலக் கதைகளை விட்டுக் கொடுக்க வேண்டியிருப்பதை நம்மால் உணர முடிகிறது.

'திருவாளர் அத்தை கொண்டான்' கதையைத் தொடங்கும் போது "திருவாளர் அத்தை கொண்டான் பற்றி தெரியுமா?" (பக். 26) என்று ஆசிரியர் நூதனமாகவும், எழுத்துத் தமிழ் நடையிலும் தொடங்குகிறார். 'திருவாளர்' என்ற மரியாதை அடைமொழியும், உயர்தமிழ் நடையும், இங்கே இப்படிப்பட்ட மரியாதையும் உயர்வும் இல்லாத ஒருவனுக்கு இடுவதன் வழியாக அவனை ஆசிரியர் பகடி செய்வது புரியும். எல்லாக் கதைகளையும், 'ஓர் ஊர்ல' என்று தொடங்குவது சலிப்பைத் தரும் என்பதால், இந்தக் கதையைச் சிறுகதைப் பாணியில் ஒரு வினாவுடன், தொடங்குகிறார். ஒரு அதிர்ச்சி, ஒரு எதிர்பார்ப்பு ஆகியவற்றை ஏற் படுத்துகிறார். இவையெல்லாம் நடையியல் (Stylistics) சார்ந்தவை. வேறொரு குணாம்சம் பொருந்திய நாட்டுப்புறக் கதையை நவீன மீடியாவுக்கு ஏற்ப, நவீன இலக்கிய வகைக்குச் சம்பந்தப் படுகிறமாதிரி, நடையியல் கூறுகளுக்கு உட்படுத்துகிறார் என்று கூறலாம்.

இக்கதையை வாசிப்பவர்களைக் கி.ரா. முன் கூட்டியே உசார்ப்படுத்துகிறார். கதையில் வருகிற ஆண், இறுதியில் அத்தையுடன் உறவு கொள்ளுகிற உச்ச கட்டத்திற்காக இப்படி உசார்ப்படுத்துகிறார். இதனால்தான் கதை முடிந்ததும், "ஒரு காலத்தில் வரை முறையற்ற பாலுறவு மக்களிடையே ஏற்பட்டிருந்த காலத்தில் கவனத்தோடு அது ஒழுங்குப்படுத்தப்பட்டது" (பக். 29) என அருள் வாக்குப்போல ஒரு கூற்றைக் கி.ரா. தந்திருக்கிறார். முறையற்ற பாலுறவு, நாகரிகத்தால்

ஒழுங்குப்படுத்தப் பட்டது என்ற நியாயத்தை வேலியாக இடுகிறார். ஆனால் கதையின் போக்கு வேறாக உள்ளது. ஆண் தனது குறியைப் பிய்த்துத் தானே உண்டு குறியில்லாமல் போவதாகவும், வேறு குறி செய்து மாட்டப் போவதாகவும், அதற்கு மனைவியும் அத்தையும் பணம் தருவதாகவும், மாட்டி வந்த குறி சரியாக இருக்கிறதா என்று அத்தை சோதிப்பதாகவும், வெள்ளோட்டம் நடத்துவதாகவும் கதை நகர்கிறபோது, ஓர்மையற்ற நிலையின் கனவுப் பாங்கில் இருப்பதை அவதானிக்க முடிகிறது. நாகரிக உடைமைச் சமுதாயத்தின் பல விசயங்கள் இங்கே நாட்டுப்புற மக்களிடையே மாபெரும் சிரிப்பாக உருமாற்றப்பட்டிருக்கின்றன. 'வரைமுறையற்ற பாலுறவு' என்ற கல்வி வட்டார ஒற்றைப் பரிமாணத்தை மட்டுமே மேற்படி 'Wild fantasy joke'ற்குத் தந்துள்ளார் கி.ரா.

5. பாலியல்பசி, காமம்:

கி.ரா. பல சந்தர்ப்பங்களில் பாலியல்பசி, காமம், பால் பட்டினிக்குப் பெரிதும் ஆளானவள் பெண், இப்பசிக்குத் தக்க உணவில்லாவிடில் ஒழுங்கை மீறுவாள், அவளுக்கு ஆணைவிட ஆதீதப் பாலியல்பு உண்டு, பாலியல் கதைகள் பலர் நினைப்பது போலக் காமத்தைக் கிளப்பாது (பக். 77) என்று திரும்பத் திரும்பக்கூறி, இதில் வாசகரின் கவனத்தைக் குவிக்கிறார். பாலியல் கதைகள் சிரிப்பைத்தான் மூட்டும் என்று கூறுவதோடு நில்லாமல் காமத்தைக் கிளப்பாது என்று இல்லாத ஒன்றை ஏன் வருவித்துக் கொள்ள வேண்டும்? இது யாருடைய பிரச்சினை? போலி ஒழுக்கமும், கபட முகமும், தணிக்கை அதிகாரமும் கொண்ட மேலாதிக்க ஒழுக்கவியலின் பிரச்சினை இது. வாசக ஏற்பு, போலிப் பண்பாட்டின் அடக்குமுறை ஆகியவை கூட்டாக இருந்து பரிமாறப்படுகிற நாட்டுப்புறக் கதையை, நகர்ப்புறத் தமிழ்ப் பண் பாட்டிற்கு இடம் பெயர்க்கிறபோது எழும் பிரச்சினையாகும். இக்கதை களில் தெரிகிற 'ஒழுங்கு மீறல்' சமாச்சாரங்கள் எல்லாம் ஒழுக்கவியல் சார்ந்த பிரச்சினை போல ஆதிக்கப் பண்பாடு நோக்கினாலும், உண்மையில் இக்கதைகள் நிகழ்த்தப்படும் கூட்டுச் சூழலை ஒட்டி நோக்கும் போது, இவை ஓர்மை மனதின் நாகரிக வேடங்களைப் பார்த்து ஓர்மையற்ற மனங்களின் தொன்மை வாய்ந்த சிரிப்பாக, பகடியாகத் தோன்ற வில்லையா? ஆசிரியர் இந்தக் கோணத்தில் கதைகளை அணிவகுக்க வில்லை எனத் தோன்றுகிறது.

பெண்ணுக்கு அதீதப் பால் இயல்பு இருக்கும்போது சமுதாயத்தில் பிரச்சினை எழுகிறது. அதிலும் அவள் திருமணத்தில் மாட்டிக் கொண்டால் வேறு வழியின்றி இருக்கிற ஒழுங்கை ரகசியமாக மீறுவாள் என்ற பொருளில் ஆசிரியர் விளக்கம் தருகிறார். பெண்

பாலியல் துரோகம் புரிவதற்கு அவளுடைய அதீதப் பால் இயல்பும் ஒரு காரணமாகக் கூறப்படுகிறது. "எப்போதும் திடகாத்திரமான பெண் எதிர்மறையாகவே நோக்கப்படுகிறாள். எப்போதும் பெண்கள்தான் பாலியல் துரோகம் புரிகிறார்கள்" என்று நாட்டுப்புறக் கதைகளை ஆய்ந்த பிளாக் பான்[2] எழுதுகிறார்.

இவர்கள் சொல்லுகிற பெண்ணின் அதீதப் பால் இயல்பு பற்றிப் பார்க்கவேண்டும். இது ஆண் ஆதிக்கம் கட்டி எழுப்பியதொரு தொன்மந்தான் என்பதைக் காணலாம். பெண் அதீதப் பாலியல் புடைவள், அவளுடைய இயற்கையே அதுதான்; அது எப்போதும் மீறவே பார்க்கும்; அதனால் அவளை எப்போதும் ஓய்வு ஒழிவின்றி வீட்டு வேலைகளில் போட்டு வசக்க வேண்டும் என்று மனு நீதி முதல் இன்று வரைக்கும் ஓர் ஆண் ஆதிக்கப் பண்பாட்டுத் தொன்மம் செயல்பட்டு வந்துள்ளது. பெரும்பாலும் மணமானபின் தான் பெண்ணின் பாலியல் அவளைக் கட்டியவனுக்கு அதீதமாகப்படுகிறது. இப்படிப்படுவதற்குப் பெண்ணின் இயற்கை காரணமாகக் கூறப்படுகிறது. ஆனால் இதற்கு உடற்கூற்றியலோடு பண்பாட்டுக் காரணங்கள் உள்ளன. முதலாவதாக, உடற்கூற்றியலின்படி பார்த்தால் ஆணின் பாலியல் சுகம் அடர்த்தி மிக்கதாக (intensive), குறுகிய காலப் பரிமாணத்தில் நிரம்பிய சுகமாகவும், பெண்ணுக்கு இது நீண்ட காலப் பரிமாணத்தில் நெடுகவும் பரவியதாகவும் இருக்கிறது. இந்த வேறுபாடு காலப்பரிமாணத்தைப் பொருத்ததாக இருக்கிறது. இந்த வேறுபட்ட காலப்பரிமாணங்களுக்குத் தக்கபடி சேர்க்கைச் செயலின் தொழில் நுட்பம் அமைய வேண்டியதுள்ளது. பால் உந்துதல் கற்று வருவதாக இன்றி இயல்பானதாக இருக்க, இதனைக் காரிய சாத்தியப் படுத்திச் சுகம் பெறுவதற்கான தொழில்நுட்பமானது கற்று அறிவதாக, ஆண் - பெண்ணின் இருவழி அனுசரிப்புகளாக இருக்கின்றன.

இரண்டாவதாக, ஆணாதிக்கப் பண்பாட்டில், பெண், ஆணின் உடைமை; உடைமையை மறு உற்பத்தி செய்பவள்; உடைமைக்கு உரியவர்களைப் பெறுபவள் எனச் செயற்கையான பொறுப்புகளில் திணிக்கப்பட்டிருப்பதால், அவளுடைய பாலியல் அவளுக்குரியதாக இன்றி, ஆணுக்குரியதாக, அவனால் கையாளத்தக்க ஒரு உபகரணமாக ஆகிவிட்டது. இந்நிலையில் தனிச் சொத்துடைமை இணைகிறபோது, அவன் அதனை விழிப்போடு கண்காணிக்க வேண்டியவனானான். பெண்ணும் கற்பு, அடக்கம், வெட்கம், நளினம், கூச்சம், பார்த்துத் தன் பாலியல் நாட்டத்தை, ஒத்துழைப்பை அடங்கிய தொனியில் வெளிப்படுத்த வேண்டியதிருக்கிறது. ஆண் தங்கு தடையின்றித் தீர்த்துக் கொள்ளலாம். அதுதான் இயல்பு என்று ஆகிவிட்டது. அவளோ கட்டுப்படுத்திக் கட்டுப்பாட்டோடு நடந்தால்தான் மரியாதை; இதனால் திருமண அமைப்பின் அடிப்படையிலேயே, பெண்ணுடைய பாலியல் அடக்கப்

பட்டே இருக்க வேண்டியது ஆதிக்கப் பண்பாடு விதித்த நியதியாக இருக்கிறது. அவள் சற்றுத் திமிரப் பார்த்தாலே அவளுக்கு வேறு மதிப்பீடுகள் கிடைத்துவிடும். எனவே பெண்ணுக்கு அதீதப் பால் இயல்பு உண்டு என்பது ஆண்கள் கட்டிவிட்ட கதை; மாயை; இயலாமை

கிரா. எட்டாவது கதையில் துணுக்குக் கதைகளைத் தரும் முன்பு, பெரும்பாலும் பெண்களே பாலியல் கதைகளில் இழிவுபடுத்தப்படுவதாக ஒரு முடிவை எடுத்து எழுதுகிறார். இந்த முடிவைப் புலப்படுத்துவதாக ராஜா-ராணிக் கதைகளைக் குறிப்பிடுகிறார். இக்கதை களில் ராஜாக்களை மணந்துகொண்ட ராணிகள் அரண்மனையிலுள்ள வேலைக்கார ஆண்களோடு சேர்ந்து குழந்தை பெறுகிறார்கள். ஒடுக்கப் பட்ட பெண்கள், வேலைக்கார ஆண்கள் பார்வையில் இக்கதைகள் உரத்த சிரிப்புகளாக இருக்கின்றன. ராணிகள் ஏளனத்துக்கு உள்ளாக வில்லை; ராஜாக்களே நகைப்பிற்கு இலக்காகிறார்கள். ராணியால், ராஜாவிடம் சுதந்திரமாக உறவாடிச் சுகம் பெற முடியாது. ராஜா மனசு வைத்தால் உண்டு. வேலைக்காரனால் ராஜாவைத் தண்டிக்க முடியாது. எனவே ஒடுக்கப்பட்ட ராணியும் (பாலியல்) வேலைக்காரனும் வெவ்வேறு காரணங்களுக்காக ஒருவரை ஒருவர் பயன்படுத்துகிறார்கள். ஒருவர் இடத்தை மற்றவர் பிடிக்கிறார். ஒடுக்கப்பட்ட தங்கள் நிலைமை களைப் பகிர்ந்து கொண்டு தீர்க்கிறார்கள். ராணி என்பதால் வேலைக்கார ஆணைப் பயன்படுத்த முடிகிறது. வேலைக்காரன் ராணியைச் சேர்வதால், அது ராஜாவை, அவனை ஆதிக்கம் செய்ததைப் புணர்ந்த திருப்தியை அவனுக்கு ஏற்படுத்துகிறது. 'புணர்தல்' என்பது ஆணுக்கு அதிகாரம், தண்டித்தல், ஒறுத்தல் என்ற மனப்பதிவுகளை, குறியீடுகளை உணர்த்துகிறது. இங்கே பெண்ணை ஏளனப்படுத்துதல் என்பது எங்கே இருக்கிறது? தற்போது செலாவணியாகிக் கொண்டிருக்கிற தமிழ்ப் பண்பாட்டுப் பெண்ணியச் சொல்லாடலின் ஓர் ஓர்மையற்ற தாக்கத்தினால்தான் கிரா. இப்படி ஒரு கருத்தை உதிர்த்திருக்கிறார்.

6. சமய, புனிதச் சொல்லாடல்:

பாலியல் கதைகளை, மேலாதிக்க இந்துப் பண்பாட்டில் ஊறிய வாசகர்களை ஏற்கச் செய்வதற்காக அந்தப் பண்பாட்டின் சமயவகைச் சொல்லாடல்களைக் கி.ரா. தந்த உபரிச் சொல்லாடலில் காணலாம். பாலியல் சமாச்சாரங்களை மூடி வைக்கலாகாது, அது பாலியல் பற்றிய அறியாமையில் போய் முடியும். இதனால் தான் முன்னோர்கள் (அதனால் மேன்மையானவர்கள்) மேன் மக்கள் நுழைந்து வழிபடும் கோயில் தலங்களில் பெண் நிர்வாணத்தையும் ஆண்-பெண் பாலியல் சேர்க்கைகளையும் சிலைகளாக வடித்துள்ளார்கள் என்று தொடக்கத் திலும், பிறகு பதினோராவது கதை முடிவிலும் கி.ரா. கூறுகிறார்.

கடவுளின் நிர்வாணம், குறி பற்றிய கலாபூர்வ வருணனைகள் பெண் கடவுளின் பால் உறுப்பு விவரணை (பக்.76) எல்லாம் முன்னோர் தந்த இந்துப் பண்பாட்டில் அசிங்கம் என்று இல்லாதபோது, அதேபோல நாட்டுப்புறப் பாலியல் கதைகளிலும் அசிங்கம் இல்லை என்றொரு தர்க்கத்தைக் கி.ரா. முன்வைக்கிறார். ஆனால் இங்கு கவனிக்க வேண்டியது, நாட்டுப்புற மக்களிடையே, மேற்படி 'அசிங்கங்கள்' இவர்கள் நினைப்பதைப் போல, ஒழுக்கவியல் சார்ந்தவையாக இல்லை. உடைமை அமைப்பின் நாகரிக வேசம் அணிந்த கபட ஒழுக்கவியலை, தங்களிடம் எஞ்சியிருந்த பாலியல் வாழ்வையும் கூடப் பறித்து, குற்றங்களாக வரிசைப் படுத்திய மேலாதிக்கத்தை, 'மேலானவற்றை', பாலியல் பாங்கில் கிண்டலுக்கு உட்படுத்தும் சமூக உளவியல் செயல்பாட்டின் அப்பட்டமான வெளிப்பாடாகும்.

தனி உடைமை உறவுகளும், உணர்வுகளும், அவற்றுக்கான ஒழுங்குகளும் விதிகளும் அரிதாக இருந்த ஒரு கால கட்டத்தில் இருந்திருக்க முடியாத பாலியல் ஒழுங்கு - முறை எல்லாம் படிப்படியாக ஓரப்பகுதி மக்கள் சாதி முறைக்குள், அதன் வழியே தனி உடைமை உறவுகளுக்குள் செரிக்கப்பட்ட காலங்களில் நூதனமாகத் தோன்றி யிருக்கக் கூடிய பாலியல் தணிக்கை முறைகள் அம்மக்களுக்கு சிரிப்பாக வேடிக்கையாகப் பட்டிருக்கும். இவற்றின் பதிவுகளை அவர்கள் பகிர்ந்து கொண்ட பாலியல் பகடிக் கதைகளில் திருகலாகக் காண முடிகிறது.

மேலாதிக்க இந்துப் பண்பாட்டில், கோவிலில் முன்னோர்கள் இன்று 'அசிங்கம்' என்று முகஞ் சுளிக்கும்படியான சிலைகளை வைத்ததற்கும் தொண்டு தொட்டு வருகிற நாட்டுப்புற பாலியல் பகடிக் கதைகளின் 'அசிங்கத்திற்கும்' பெருத்த வேறுபாடு உள்ளது. இந்துப் பண்பாட்டில் பெண்ணை, அவள் பாலியலை ஆண் எதிர்கொண்டு அவளைத் தனது ஆன்ம சக்தி விரிப்புக்குரிய யோக அப்பியாசப் பொருளாக உபாசனை செய்வது வலியுறுத்தப்பட்டது. பெண்ணின் பாலியல் ஆண்மனதில் 'கீழான' குறுகுறுப்பை ஏற்படுத்தாதவாறு ஆண் விடுபட்டு உந்நதத்தை நோக்கி எழுவதற்காக ஒரு சடங்குப் பாங்காகக் கோவிலில் சிற்பங்கள் வைக்கப்பட்டன. தாந்திரீக வகைப்பட்ட பாலியல் யோகம் நினைவுறுத்தப்பட்டது. இவையெல்லாம் மேட்டுக்குடி ஆண், பொருள் இகந்த முறையில் (Metaphysical) ஈடேற்றம், விடுதலை பெறுவதற்காக அமைந்தன. இங்கே ஆணின் விடுதலை என்ற நோக்கு நிலையிலிருந்தே பெண்ணின் பாலியல் நோக்கப்படுவது தெரிகிறது. பெண்ணின் சதையிலிருந்து விடுபட்டு ஆன்மீக விடுதலையை ஆண் எவ்வாறு பெறுவது என்ற சிக்கலே மையமாக உள்ளது.

ஆனால் நாட்டுப்புறப் பாலியல் பகடிக் கதைகளில் ‘பாலியல்’ என்பது வேறு திசையில் செயல்படுகிறது. இங்கே ஆண்களும் பெண்களும் அவரவர் குழுக்களாக அமர்ந்து சற்றும் மனசாட்சி உறுத்தாதபடிக்கு இயல்பாக பால் உறுப்புகள், உறவுகள், கோமாளித் தனங்கள், விளையாட்டுக்கள், தந்திரங்கள், பாலியல் சவால்கள், சாகசங்கள் மூடத்தனங்கள், விலக்கான சேர்க்கைகள், தடைகள் குறித்து நக்கல் செய்து சிரிக்கிறார்கள். உடைமையும் அதன் காரணமாகச் சவலையாகிப் போன மாந்த உளவியலும் பெருமளவிற்கு ஏற்படாத ஓரப்பகுதி மக்களிடம் இந்தச் சிரிப்பும் கும்மாளமும் வெகு இயல்பாகவும் தாராளமாகவும் காணப்படுகின்றன. பல காலத்துக்கு முன்பிருந்தே படிப்படியாக ஆணாதிக்கத் தனி உடைமைப் பண்பாட்டு மதிப்பீடுகளால் தாக்கம் பெற்று இம்மக்கள் அவற்றை உட்செறித்த போது, பாலியல் கூச்சங்களும் அமுக்கங்களும், குற்றவுணர்வும் குடியேறிவிட்டன. இவற்றை ரகசியமாகவும் கூட்டமாகவும் இருந்து தோண்டி எறிகின்ற புராதனமான உடைமையற்ற காலத்து வேட்கைதான் இவ்விதப் பாலியல் பகடியாக, கேலியாக, நையாண்டியாக வெளிப்படுகிறது. இது இன்பக்கொள்கையின் களியாட்டம் தொடர்பானது; தடைகளை மீறி, விலக்கி, அங்கீகரிக்கப்பட்ட - படாத எல்லைகளில் தாராள மயமாக்கும் பணியைச் செய்கிறது. மேலாதிக்கப் பண்பாட்டுச் சமூகத்தில் ஒழுங்கமைவை (Regulation) உண்டாக்க எப்போதுமே தடை, தணிக்கை முறைகளைக் கையாளுகிறது. ஆனால் ஓரப்பகுதியின் உடைமைகள் அதிகமற்ற பண்பாடானது நெகிழ்ச்சியும், விளையாட்டும், களிப்பும் கலந்த முறைகளைக் கையாளும். ஆதிக்கப் பண்பாடு, குறிப்பாக ஆணைப் பாலியலைக் கட்டுப்படுத்தவும், புலனை அடக்கவும், பெண்ணை மறுக்கவும் சொல்லி, அதுவே ஆணின் விடுதலை; அதுவே அவனுக்குச் சக்தி - ‘பவர்’ என்று கூறுகிறது. ஆனால் இங்குள்ள நாட்டுப்புறப் பாலியல் பகடிக் கதைகளில் பெண்ணை ஆண் சரிவரக் கட்டியாளச் சொல்லுகிறது. பெண்ணின் ஒழுக்கத்தோடு ஆணின் சரியான பாலியல் செயல்பாடு இணைக்கப்படுகிறது; பெண்ணை விடச் சொல்லவில்லை.

பத்தொன்பதாவது கதையை ஆட்பட்ட பண்பாட்டின் பார்வையின்படி பார்க்கும்போது கி.ரா. மெய்ம்மறந்தோ அல்லது இதுதான் இயல்பு என்ற மனநிலையிலோ வெளிப்படுத்திய ஒரு விசயத்தைப் பார்க்கலாம். மூலப் பிரதியில் இது எப்படி இருந்திருக்குமோ தெரியவில்லை. இக்கதையைப் பேச்சு நடையில் கூறிவருகிற கி.ரா. பொன்னரசி என்ற உழைக்கும் சாதிப்பெண்ணைப் (சாதிப் பெயர்களைத் தவிர்க்கிறார்)

பற்றிக் குறிப்பிடும்போது எழுத்து நடைக்கு மாறி, "கிராமத்தில் ஒரு வழக்கம் இப்பவுங்கூட நிலவிவிருகிறது. அடுத்த சாதிக்காரர்களோடு கொள்வினை கொடுப்பினை வைத்துக் கொள்ள மாட்டார்கள். என்றாலும் கூட முறைவைத்துக் கூப்பிட்டுக்கொள்வார்கள்" (பக். 78) என்று உள்ளே புகுந்து எழுதுகிறார். பெரிய முதலாளியை, உயர்சாதி ஆணை, உழைக்கும் சாதிப் பெண் 'கொழுந்தன்' என்றும், இவளை அவன் 'மதினி' என்றும் முறைவைத்துக் கூப்பிடுகிறார்கள். இதில் உணர்த்தப்படுவது என்ன? உயர்சாதி, உழைக்கும் சாதிகளுக்கிடையில் மணம் நடக்காது; ஆனால் கொழுந்தன், மதனி என உறவுமுறை பாராட்டுவார்கள். கொழுந்தன், மதனி என்ற முறைப்பெயர்கள் பொதுவாகப் பாலியல் பாங்கில் பரிகாசம் பண்ணும் உரிமையை அனுமதிக்கின்றன. கூடவே பால் சேர்க்கையையும் மறைவாகச் சகித்துக் கொள்ளவும் அனுமதிக்கின்றன. மேல்-கீழ் சாதிகளுக்கிடையில் ஆண்-பெண் மணம் தடையாகிறது. ஆனால் மணத்துக்கு அப்பால் மேல்சாதி ஆண், உழைப்புச் சாதிப் பெண்ணுக்கிடையில் பாலுறவு தடையாகிற தில்லை. பாலியல் குறிப்புணர்த்தும் முறை கொண்டாடப்படுவதால் இரண்டு வர்க்க சாதிகளுக்கிடையிலான அடிப்படை மோதல் முரண்பாடு மேவப்பட்டு, மேலோட்டமான சமதளம் நிரவப்படுகிறதல்லவா? இதில் ஒரு விசயம் மௌனமாக்கப்பட்டுள்ளது. மேலே குறித்ததற்கு மாறாக, உயர்சாதிப் பெண், உழைப்புச் சாதி ஆண் ஆகியோருக் கிடையில் இப்படி சகஜமான, பாலியல் குறிப்புணர்த்தும் முறை கொண்டாடப் படுகிறதா என்பது பற்றிய மௌனம் நிலவுகிறது.

இந்த மௌனத்தின் பின்னால் சாதிப்பண்பாட்டின் கொடிய ரூபம் நிழலாடிக் கொண்டிருக்கிறது. ஒரு யுகப் பிரளயத்தின் கரு இங்கே இருக்கிறது.

மீண்டும் கட்டுரையின் தொடக்கத்தில் முன்வைத்த கருதுகோளுக்கு வரலாம். கி.ரா., மூல நாட்டுப்புறக் கதைகளைக் கொண்டு, தம்முடைய கதைப் பிரதியை நிர்மாணித்து, அதனை இடம் பார்த்து மேலாதிக்கப் பண்பாட்டிற்குள் (இந்து-தமிழ் நுகர்வோர் பண்பாடு) அறிமுகம் செய்கிற போது, மேலாதிக்கத்தின் பல்வேறு சொல்லாடல்களையே நியாயங் களாக முன்வைத்துள்ளார். இதன் காரணமாக, ஆட்பட்ட பண்பாட்டின் கூறுகள் பலவும் ஆதிக்கப் பண்பாட்டின் கபடமான ஏற்புக்குத் தயாரிக்கப் பட்டுள்ளன. இதன் விளைவாக மற்றொரு வித மேலாதிக்கச் சொல்லாடலாக உருமாற்றம் பெறுகின்றன. ஆசிரியர் ஆங்காங்கே எழுத்துத் தமிழில் தந்துள்ள உபரிச் சொல்லாடல்களும் நடையியல்

பூச்சுகளும், சமாதானங்களும், நாவல்-புனைகதை வகை எடுத்துரைப்பும் இந்த உரு மாற்றத்திற்கு உதவி புரிந்துள்ளன. மக்கள் மொழியில் ஆழ்ந்த பற்றும் ஈடுபாடும், அக்கறையும் கொண்ட கிரா. அம்மக்கள் மொழியை வேறு உத்தேசங்களுக்காக மொழி பெயர்க்காமல் பதிவு செய்வது கடமையாகும்.

அடிக் குறிப்புகள்:

1. Mikhail Bakhtin (1895-1975). 'From the Prehistory of Novelistic discourse', (Edr). David Lodge 'Modern Criticism And Theory - A Reader' (London & Newyork: Longman, 1991) P. 137-38.
2. Stuart H. Blackburn & A. K. Ramanujam, 'Another Harmony' (Delhi OUP 1986) P. 8-9.

6. 'கோவேறு கழுதைகளும்', மேதைகளும்

இமையம் என்பவர் எழுதி, க்ரியா வெளியீட்டார் தயாரித்து, சுந்தரராமசாமியும் அவருடைய சுத்த இலக்கியவாதிகளும் பாராட்டி, தமிழிலேயே இதுதான் முதல் நாவல் என்று போற்றப்பட்ட நாவல்தான் **'கோவேறு கழுதைகள்' (1994).**

மனிதாபிமானம், தலித் சாதிகளுக்குள் தீண்டாமை பாராட்டி ஒடுக்குதல் என்ற ஒற்றைக் குரலால், வேறு எவ்விதமான திறப்புகளும் இல்லாமல் மூடப்பட்ட இந்த நாவல் தலித் இலக்கியச் சொல்லாடல்கள் மேலெழுந்து கொண்டிருக்கிற சமகாலத் தமிழ்ச் சூழலில் வெளி வந்திருப்பது குறிப்பிடத்தக்கது.

1. முதலில் இந்த நாவலில் குவிமானம் பெற்றுள்ள சாதிய உறவுகள் பற்றிக் காணலாம். நாவல், ஒரு பறவண்ணார் சாதியின் சார்பாக நிலைகொண்டு தென்னார்க்காடு பகுதியின் (திட்டக்குடி, சின்னச்சேலம்) ஒரு கிராமத்தின் சாதிய சமூக உறவுகளைச் சொல்ல முனைந்துள்ளது. பாரம்பரியமாக விவசாயத் தொழிலை மேற்கொண்ட சேர்வை, பிள்ளை, உடையார், கவுண்டர் என்கிற குடித்தனக்காரச் சாதியினர் வாழும் பகுதி ஊர், ஊர்த்தெரு என்றும் பறையர் என்ற தலித் சாதியார் வாழும் பகுதி காலனி என்றும் குறிக்கப்படுகின்றன. இவ்விரு பகுதிகளுக்கும் இடையில் புறம்போக்கு தரிசு நிலம் இருக்கிறது. குடித்தனக்காரர்களுக்குத் துணி வெளுக்கும் குடிவண்ணார் குடித்தனக்காரர் பகுதியிலும், பறையருக்கு வெளுக்கும் பறவண்ணார் காலனித் தெருக்கோடியிலும் ஜீவிக்கிறார்கள். இந்தப் பறவண்ணார் குடும்பத்தார்கள் உயிர் வாழ, பறையர் போடும் சோற்றையும், கூழையும், குழம்பையும், தானியங்களையும், கூலியையும், கடமையையும் சார்ந்து அவர்களுடைய வீட்டுத் துணிகளைத் துவைத்து, கிழிசல்களைத் தைத்து, தானியம் தூற்றி, குற்றி, வீட்டுச் சடங்கு, பிரசவம் பார்த்து, சாவுக்காரியம் பார்த்து - அதாவது சாதிக் கடமைகளைச் செய்து மாய்கிறார்கள்.

குடித்தனச் சாதியார், பறையர், பறவண்ணார் ஆகிய மூன்று சாதியார்களும் எப்படி மேலிருந்து கீழாக ஒருவரை ஒருவர் சார்ந்திருக் கிறார்கள் என்பதை நாவல் தன்னுடைய தேர்வின் பிரகாரம் கூறுகிறது.

ஆர்க்காடு நவாபு, முகமது உசேனுக்கு முன்பு மானியமாகத் தந்த நிலத்தைப் பின்னர் (இந்து) சேர்வை, பிள்ளை, உடையார், கவுண்ட

சாதியினர் மாறி மாறித் தம் வசப்படுத்திக் கொண்டார்கள். இது இந்துக் குடித்தனச் சாதிகள் நிலவுடைமை பெற்றதற்கான நாவல் தரும் சரித்திர ஆதாரமாகும். இச்சாதியினரால் தீண்டாமைக்கு உள்ளான பறையர் களுக்கும் ஓரளவு நிலவுடைமை கிடைத்தது பற்றி நாவல் ஒரு நூதனமான சரித்திரத்தை மொழிந்துள்ளது. இதற்கான வகை மாதிரியான ஓரிரு குறிப்புகளை காணலாம். ஒரு பறையனின் பெண்டாட்டி, தொடுப்பாக இருந்து வைப்பாட்டிச் சேவகம் புரிந்ததற்காக அவனுக்குக் கவுண்டர் காடு, களம் எழுதி வைக்கிறார் (பக். 3-35). இன்னொரு பறையனின் சம்சாரம், ஒரு கவுண்டனைக் கூட்டிக்கொண்டு ஓடுகிறாள். எனவே, காலனிப் பறையர்கள் உடைமையாகப் பெற்ற நிலங்கள் அவர்களுடைய பெண்டாட்டிகள் கவுண்டர்களுக்கு வைப்பாட்டிகளாக இருந்து சம்பாதித்தவையே என்ற 'சரித்திரம்' நாவல் வழி பதிவு செய்யப்பட்டுள்ளது (இப்படிப்பட்ட உன்னதமான சரித்திரங்களைப் பதிவு செய்வதால்தானோ என்னவோ, இந்த நாவலை ஆங்கிலத்தில் மொழிபெயர்க்கப் போவதாகவும், சாகித்ய அகாதமிப் பரிசுக்கு சிபாரிசு செய்யப் போவதாகவும் 'கிசு கிசு' வந்துள்ளது!).

இப்படிப்பட்ட பறையர்களுக்கும் தொண்டூழியம் பார்க்கும் ஒரு பறவண்ணார் குடும்பம், இப்பறையர்களால் கேவலமாக நடத்தப் படுவதாக நாவல் 'மனிதாபிமானத்தோடு' பேசுகிறது. இந்தப் பறவண்ணார் குடும்பத்தைப் பறையர்கள் பொருளாதாரச் சுரண்டலுக்கும் தீண்டாமைக்கும் உட்படுத்துகிறார்கள். (பார்ப்பன; வேளாள சூத்திரச் சாதிகள், பஞ்சம தலித் சாதிகள் மீது பிரயோகிக்கும் வன்முறை கலந்த தீண்டாமையானது தலித் சாதிகளுக்கு மனித உரிமைகள் இல்லை என்ற நோக்கில் செயல்படுகிறது. ஆனால் பஞ்சம தலித் சாதிகளுக்கு இடையில் நீடிக்கிற 'தீண்டாமை' என்பது உரிமைப் பறிப்பாகப் பெரிதும் இல்லாமல் 'சாதி அந்தஸ்து' பார்த்தல் என்பதாகச் செயல்படுவது இன்னொரு சரித்திரம்! இந்தச் சரித்திரம் இந்த நாவலுக்குத் தேவையற்றது) ஆக, நாவல் கூற்றுப்படி பறையன் முன் பறவண்ணான் அசல் பற வண்ணாராக நடக்கக் கடமைப்பட்டவன். பறையர் பெண்கள் சம்பாத்தியம் பண்ணுவதற்காக, குடித்தனக்காரச் சாதி ஆண்களுக்கு வைப்பாட்டி மார்களானார்கள். ஆனால் பறவண்ணார் வீட்டுப் பெண், தன் விருப்பத்திற்கு மாறாக, பறை ஆணால் கற்பழிக்கப்படுகிறாள். நாவல் கவனப்படுத்தியுள்ள மூன்றடுக்குச் சாதி வரிசையில், காலனிப் பறையர்கள்தாம் எதிராளிகளாக (Villains) சோடிக்கப்பட்டிருக்கிறார்கள்.

இறுதியாக, முதலாளிய, தொழில்மய, வியாபார, நகர, நாகரிக ஊடுருவலின் காரணமாக இந்த கிராமத்தில் சாதி வழக்கங்கள் சிலவும், கடமைகள் சிலவும் மறைகின்றன. பறையர்களின் துணி வெளுக்க,

இஸ்திரி போட, கிழிசல் தைக்க, ஆடை தைக்க, தானியம் அறைக்க எந்திரங்கள் வருவதால், பறவண்ணாரின் சாதிக்கடமைகள், அடிமைச் சேவகங்கள் காலாவதியாகி விடுகின்றன. இதனால் பறவண்ணார் என்கிற சாதியே கிராமத்தில் காலாவதியாகி விடுகிறது.

2. பறவண்ணார் படும் அவலங்களைப் பறவண்ணார் குடும்பத் தலைவி - தாய் வழியே ஒப்பாரி வடிவில் கழிவிரக்கம் தோன்று மாறு கூறிவந்த நாவல், இந்த அவலங்கள் இனி இல்லாமல் போவதற்கான புதுக்கால மாற்றங்களைப் பின்பற்றிச் சென்றிருக்க வேண்டும். பற வண்ணார் குடும்பத்து இளம் தலைமுறையினர் நகர்ப்புறம் பெயர்ந்து சாதி இழிவுகளிலிருந்து பெரிதும் விடுதலை பெறுவது நாவலில் சுட்டப் படுகிறது. ஆனால் இது சுட்டப்படுவதற்குக் காரணம், சாதி இழிவுகள் புதிய வரவுகளால் தீர்கின்றன என்பதாக இல்லை. மாறாக, இது, தாயை விட்டு விலகிய பிள்ளைகளின் மனிதாபிமானமற்ற போக்கினை உணர்த்து வதற்காகவே சுட்டப்படுகின்றது. இனிமேல் கிராமத்தில் பறவண்ணார் குடும்பத்திற்கு இழிவான அடிமைச் சேவகம் தேவைப்படவில்லை என்பது, பறவண்ணார் தாய்க்குத் தன் 'பாரம் பரியத்தின்' இருப்பே இனித் தேவைப்படவில்லை என்று படுவதாக நாவல் கதைக்கிறது. நாவலுக்கு, வரலாற்றில் நிகழ்ந்து கொண்டிருக்கிற நேர்மறையான புறவய மாற்றங்கள் முக்கியமில்லை. பறையர்களின் சுரண்டலும், பறவண்ணார் களின் அடிமைத்தனமும் விடைபெறுவது முக்கியமில்லை. சாதிய வழமையும், கடமையும், 'முறை'யாகப் பேணப்பட்ட காலத்தில் பறவண்ணார் குடும்பம் வயிறார உண்டது; தானியங்கள் நிரம்பி வழிந்தன; குடும்பம் சிதையவில்லை, நேசாபாசமாக சாதி சனங்கள் வாழ்ந்தார்கள் (ஊழியம் செய்யும் சாதிப் பெண்களைக் கற்பழித்தாலும், வைப்பாட்டிகளாக வைத்துக் கொண்டாலும் சரிதான்). இந்த விசயம்தான் நாவலுக்கு முக்கியமாகப் படுகிறது. இதற்குக் காரணம் என்றென்றும் மாறாத - வரலாறு கடந்த - மனிதாபிமானத்தைப் போற்ற வேண்டும்; ஒரு தலித் சாதியை அழுத்துகின்ற இன்னொரு தலித் சாதியைத் தூற்ற வேண்டும் என்பதைத் தவிர வேறென்ன? நாவலின் கவனம் இங்கே சாதிவழமை, முறைமை சிதைவதில் இல்லை. இவ்வாறு சிதைக்கின்ற புதுக் காலமாற்றுச் சக்திகள் மனிதாபிமானமற்றவை என்று கூறுவதில் குவிந்திருக்கிறது. பழைய சாதி முறைக்கு ஏங்கும் பறவண்ணார் குடும்பத் தாய்க்கு, அந்த முறையில்தான் தனது செல்ல மகளைக் கூசாமல் ஒரு பறையன் பெண்டாடிவிட்டுத் தப்பிக்க முடிந்திருப்பது ஒன்றும் பெரிய விசயமாகப் படவில்லை. இந்த முரண்பாட்டிற்கான ஆசிரிய வில்லங்கத் தனத்தைப் பற்றி இந்நாவலின் போஷகர்களுக்கு எந்தவிதமான உறுத்தலும் வரவில்லை போலும்! எப்படி வரும்? ஒருவன் விரலை அவன் கண்ணிலே குத்திவிட்டு, வேடிக்கை பார்க்கும் 'மனிதாபிமானி'களுக்கு எப்படி வரும்?

இந்த நாவல், தாய்மை, பாசம் குடும்பம் ஆகியவற்றைச் சாதி ஒடுக்குமுறை நிறுவனங்களிலிருந்து பிரித்துத் தனியான ஒப்பற்ற கருத்து வகைகளாகப் பார்த்திருக்கிறது. காலம், இடம், பொருள், இனம், பால் முதலான சூழல்களிலிருந்து பிரிக்கப்பட்டு தனித்துவமும், நிரந்தரமும், அருவமும் ஆக்கப்பட்ட 'உள்ளார்ந்த' உன்னத மனித இயல்புகளைப் போற்றிப் பரவசப்படுவது எதார்த்த வகை - தனிமனித மைய நாவலின் பிரதான அம்சமாகும்.

சாதி, மத, பால், இனப்பாகுபாடுகள் கறாராகப் பேணப்பட்ட பழங் காலத்தில்தான் மனித உயர் இயல்புகள் மிளிர்ந்தன. இணக்கமாக வாழ்ந்தார்கள். இல்லாதவர்களுக்கு இருப்பவர்கள் இரக்கம் காட்டினார்கள். இந்தப் 'பொற்காலத்தை' நோக்கித் திரும்பிச் செல் என்று சொல்லு வதற்கு மறுபெயரே காந்தியம். இதில் நாவல் ஒரு விசயத்தை மறந்து விட்டது. பழைய சாதி முறையில், கீழ் உள்ள சாதி, தனக்கு மேலுள்ள சாதி விதித்த சாதி எல்லையைத் தாண்டாத வரையில் தான் இதற்கு ஈகை, இரக்கம், தயை, கருணை, கண்ணோட்டம் எல்லாம் காட்டப் பட்டன. மீறினால் காணாப் பொணம்தான். இதுதான் சாதி முறையின் 'மனித நேயம்'. நாவல் இதில் கிறங்கி விட்டது.

சாதிமுறை அகலுவதற்கு எதிர்நிலையாக இந்த நாவல், காந்திய மனிதநேயத்தையும், தலித் சாதிகளுக்கிடையில் உள்ள ஒடுக்கு முறையையும் அணிவகுத்துள்ளது. இவைபற்றிச் சற்றுக் காண வேண்டும். குறிப்பாகத் தலித் இலக்கிய, பண்பாட்டு, அரசியல் சொல்லாடல்கள் இன்று தமிழ்ச் சமுதாயத்திற்குள் ஒரு சுழற்சியில் புழங்கிக் கொண்டிருக்கிற சூழலில் இவை குறித்துப் பேசியாக வேண்டும்.

அ). மனிதர்கள் சமூகவயமாகி உரையாடுகிற நிலையில் ஏற்படுகிற உறவுகள் குறிப்பிட்ட கால, இடச் சூழல்களால் வரையறுக்கப்படுகின்றன. இந்த உறவுகளுக்கு, அன்பு, நேயம், மனிதாபிமானம்/வெறுப்பு, சினம், கொடுமை முதலான ஒப்பீட்டுத் தன்மை கொண்ட மதிப்பீட்டுப் பெறுமதிகள் ஏற்றப்படுகின்றன. ஒரு குடும்ப உறுப்பினர்களுக்குள் நிலவுகிற உறவுமதிப்பீடுகள் நேர்மறையானவையாகப் போற்றப் படுகிறபோது, அவையே எதிர்நிலை வகிக்கும் மற்றொரு குடும்ப உறுப்பினர்களோடு உரையாடும்போது எதிர்மறையானவையாக ஆவதும் உண்டு. இதேதான் சாதி, இனம், சமயம், தேசம் சார்ந்த மாந்தர்க்கு இடையில் எதிரெதிர் பெறுமதிகளைப் பெறுவதைக் காணலாம். அதாவது, இவை கட்டப்படுகின்றன. இவையே சாசுவதமாக ஒன்றை உணர்த்திக் கொண்டே இருப்பதில்லை. எனவே மனிதர்களுக்கிடையில் கட்டமைக்கப்படுகின்ற ஒப்பீட்டு பண்புபெற்ற 'இயல்புகளை' இயற்கையானதாக, அருவ

மானதாகப் பார்ப்பது என்பது, முற்றிலும் வரலாற்றிற்கு அப்பாலிருந்து அவற்றை நிரந்தரப்படுத்தி, உறைந்து போக வைக்கிற காரியமாகும். ஒவ்வொரு தனி நபரின் குரலை ஒற்றைத் தன்மை கொண்டதாகவும், சுதந்திரமான மாற்றங்களுக்கும், தேர்வுகளுக்கும் உட்படாததாகவும் வரையறுத்து முடித்துவிடுகிற காரியமாகும்.

முதலாளிய வளர்ச்சியை ஒட்டித் தோன்றி, ஒரு மோஸ்தராக உறைந்து போன எதார்த்தவகை நாவலின் பாத்திரப் படைப்புகள் பலவும் இப்படித்தான் தயாரிக்கப்பட்டன. 'உண்மையை' ஒவ்வொரு தனிநபரிடமும் தோண்டித் துருவிக் காணும் போக்கினை இது இலட்சியப் படுத்தியது. மனிதர்களுக்கிடையிலான வாழ்க்கை உரையாடல்களின் வழியாக 'உண்மைகள்' மிதந்து கொண்டிருப்பதை இதனால் காண முடியவில்லை. ஏதோ ரெடிமேடாக ஒரு விசயம், ஓர் இயல்பு, 'ஓர் உண்மை', இருந்து கொண்டிருப்பதாகப் பாவித்துக் கொண்டு, அவற்றின் இயக்கத்தால் மனிதர்கள் செயல்படுவதாக எதார்த்தவாதக் கொள்கை நோக்குகிறது. இந்த 'ரெடிமேட்' சமாச்சாரங்கள் நட்பு வாழ்வில் எப்படியெல்லாம் மனித அக-புற விசயங்களின் வினைபாடுகளால் பல படியாக, பல முகங்களோடு குரல்களோடும், உள் முரண்பாடுகளோடும் சாத்தியப்பாடுகளாய் ஆகின்றன; உறுதியான இறுதித் தன்மை பெறாமலே தொடர் உரையாடல்களாய் நீளுகின்றன என்பதைப் பற்றி எதார்த்த வாதம் யோசிப்பதில்லை.

பறவண்ணார் குடும்பத் தாயின் 'பாசம்' என்பது இங்கே ஒரு வஸ்துவாக உறைந்து வழிபாட்டுப் பொருளாக, சிலாகிப்பிற்கு உரியதாக ஆக்கப்பட்டிருக்கிறது. இதனால் இந்தவித வஸ்துமயமாக்கப்பட்ட தாயால், மாறிக்கொண்டிருக்கின்ற வாழ்க்கையுடன் உரையாட இயல வில்லை. இப்படி இல்லாமல் போகிற இவள் பிள்ளைகளால் நவகால மாற்றங்களோடு சாத்தியமான உரையாடலை நடத்த முடிகிறது. ஆனால், எதார்த்த வகைப்பட்ட இந்த நாவலானது, 'உண்மை'யாக இறுக்கப்பட்ட பாசம் என்கிற உருவத்தைக் கொண்டு, சமமாற்றங் களோடு உரையாடிப் பன்மொழித் தன்மைகளைச் சாத்தியப்படுத்தி, மௌனமாக்கப்பட்ட குரல்களைத் திறக்க முன்வரும் வண்ணார் (இ)ளந் தலைமுறையினரின் வாழ்வியக்கத்தைப் பாசமற்ற - குடும்பத்தைச் சிதைத்த - சுய நலம் கொண்ட - மனிதாபிமானமற்றதாகப் புனைந்து உரைக்கின்றது.

மனிதம், குடும்பம், பாசம் முதலானவைபற்றி ஏற்கெனவே எதார்த்தவகைச் சொல்லாடல்கள் உறையவைத்துள்ள 'உண்மைகளை' ஆதாரமாகக் கொண்டு, பன்முகத்தன்மையோடு, பல குரல்களில்

உரையாடிக் கொண்டிருக்கிற குடும்ப - சமூக - சாதிய வாழ்க்கை இயக்கத்தை, கற்பித்துக்கொண்டதொரு மனிதாபிமானக் குண்டுச் சட்டிக்குள் போட்டு முடக்கி வைக்கும் வன்முறையை இமையத்தின் நாவல் புரிந்துள்ளது.

ஆ). இந்த நாவல் சாதிகளுக்கு இடையில் நிலவும் ஒடுக்குமுறையை ஒருவித வன்மத்தோடு, வித்தியாசமாகச் சொல்லுவதாகவும், கும்பலிலிருந்து ஒதுங்கி நிற்பதாகவும் பாவித்துக் கொண்டு குலைந் திருக்கிறது. மேதைகள் எப்போதும் பைத்தியக்காரத்தனமாக கும்பலி லிருந்து, சமகாலத்திலிருந்தும் வரலாற்றிலிருந்தும் ஒதுங்கித் தனித்து நின்று 'தவம்' செய்து, எக்காலத்துக்கும் பொதுவான நிரந்தரமான, அதனால் சரியான 'உண்மைகளை'யே கக்கிக் கொண்டிருப்பார்கள் என்கிற சித்தாந்தத்தில் கிறு கிறுத்துப்போன நிலையிலிருந்துதான் இந்த நாவல் இப்படிக் குலைத்திருக்கிறது. சாதி ஒடுக்குமுறை என்றும் இருக்கும்; ஒரு சாதியை ஒடுக்கும் சாதி, பிற சாதியால் ஒடுக்கப்படுவதைப் பற்றிப் பேசக்கூடாது. இதுதான் இந்தச் சித்தாந்தத்தின் உபதேசம்- இன்றும் சரி இனியும் சரி. இது, தலித்துகள், பெண்கள், ஒடுக்கப் பட்டவர்களின் காலம் - பார்ப்பனியச் சித்தாந்தத்தில் ஊறிய சாதி முறையில், தலித்துகளும் பிற ஒடுக்கப்பட்டவர்களும், தங்களுக்கு மேல்நிலை வகிக்கும் சாதிகளால் மிருகத்தனமான அவமதிப்புக்கு, சமூக விலக்கிற்கும் உள்ளாக்கப்படுவதை எதிர்த்து, சுயமரியாதை, சமத்துவம் ஆகிய அடிப்படையில் குரல்களை உயர்த்திக் கொண்டிருக்கிறார்கள். இந்தக் 'கும்பலுக்கு' அப்பால் நிற்பதாக நினைத்துக்கொண்டு இந்த நாவலை எழுதிய ஒரு தலித் இளைஞர், தலித் சாதிகளுக்கு இடையே மட்டும் தீண்டாமை இல்லையா என்று நாவலுக்குள்ளிலிருந்து கேட்டுள்ளார். ஏற்கெனவே சொன்ன மேதைகளின் உலகப் பார்வையோடு தொடர்புடைய ஒருவித சித்தாந்தமும் இந்தக் கேள்வியில் பொதிந்துள்ளது, தான் திருந்தினால்தான் உலகம் திருந்தும். அக மாற்றம் தான் புற மாற்றத்திற்கு முன் நிபந்தனை என்பது தான் அந்தச் சித்தாந்தம். அருவமான அன்பு, ஆன்மீகம், மனித நேயம், சுத்த இலக்கியம்... ஆகிய எல்லாமே இந்தச் சித்தாந்தத்துள் அடக்கம். இவை அடிப்பவனுடைய சிந்தாந்தம்!

இந்த அடிப்படையில் தான், முதலில் தலித் சாதிகளுக்கு இடையில் உள்ள தீண்டாமையை அகற்றுங்கள், அப்புறம்தான் அவற்றின் மீது மேற்சாதிகள் பிரயோகிக்கும் தீண்டாமையை அகற்றச் சொல்ல அவை களுக்குத் தார்மீக உரிமை வரும் என்ற போதனையை இந்தச் சித்தாந்தம் முன் வைக்கிறது. (இரண்டு வகைத் தீண்டாமைகளும் இதற்கு ஒன்றுதான்).

தீண்டாமை என்றால் என்ன என்பதை உணர்ந்திருந்தால் இந்தப் போதனை எழுமா? ஒரு விதத்தில் மேற்சாதிகள் தலித்துகளைத் தீண்டாமை பாராட்டுவதற்கு வக்காலத்து வாங்குகிறதாக இந்த நாவலைச் சொல்லலாம். இந்த வக்காலத்து என்பதைக் 'க்ரியா'வும், சுந்தர ராமசாமியும், 'காலச்சுவடு' இலக்கியவாதிகளும் நன்றாகவே அறிந்திருப்பார்கள். தலித் குரலை அசிங்கப்படுத்தி மௌனப்படுத்தி ஒரு தலித்தைக் கொண்டே மேற்படி 'ஆவிகள்' (ghosts) 'கோவேறு கழுதைகளை' எழுதியிருக்கின்றன என்று சொல்ல முடியும்.

இந்த நாவலில் பறவண்ணார் குடும்பத்தை ஒடுக்குகின்ற பறையர்களைப் பற்றி ஆசிரியர் எழுதுவதற்குத் தேர்வு செய்த 'எதார்த்த' விசயங்களைப் பார்த்தாலே இவர் படைக்க நினைத்த எதார்த்தம் விளங்கிவிடும். நாவலின்படி, பறையர்கள், பறவண்ணார் உழைப்பைச் சுரண்டுபவர்கள், அதிகம் வேலை வாங்கிக் குறைந்த கூலி கொடுப்பவர்கள், வண்ணார் பெண்களைக் கற்பழிப்பவர்கள்; அவர்களை வாய்க்கு வந்தபடி ஏசுபவர்கள்; ஏமாற்றுபவர்கள், ஈவிரக்க மற்றவர்கள், தங்கள் பெண்டாட்டிகளை 'மேற்சாதிக்'காரர்களோடு படுக்க அனுமதித்துக் காடு, கூளம் சேர்த்தவர்கள், கஞ்சர்கள், சுரண்டிச் சொத்து சேர்ப்பவர்கள்; இதுதான் பறையர் பற்றிய நாவலின் பொதுச் சித்திரிப்பு. விதிவிலக்கு இருக்கலாம். ஆனால் பிரதானப் படுத்துவது மேற்சொன்ன சித்திரம்தான். நாவல் பிரதியில் ஆசிரியன் வன்மமிக்க ஒற்றைக் குரலில் தேர்வு செய்து வரிசைப் படுத்தி முறை செய்யப்பட்ட பறையர் பற்றிய இந்தப் புனைவு ஒடுக்கப்பட்ட சாதியினர், ஒடுக்கப் பட்டது நியாயம்தான், இது இவர்களுக்கு வேண்டும் என்ற பொருள் கோடலுக்கு வழி வகுக்கிறது. கும்பலிலிருந்து ஒதுங்கி நிற்கும் **இமையம்** என்ற நிழல் மேதைக்குப் பறையர்கள் பறைவண்ணாரை ஒடுக்குவது 'பளிச்' என்று தெரிகிறது. ஆனால் பறையர்கள் எங்கும் குடித்தனச் சாதியாரால் தீண்டாமைக்கு ஆளாக்கப்பட்டு வன்முறையால் தாக்கப்படுவது மட்டும் தெரியவில்லை. உயர்சாதி ஆண்களுடன் பறைச்சிகள் சோரம் போய்ச் சொத்துச் சேர்த்தது 'பளிச்' என்று கண்ணில் பட்டிருக்கிறது. ஏனென்று கேட்டால், இதையெல்லாம் நாவலின் எல்லைக்குள் அடக்கமுடியாது; நாவலின் கலையழகுக்கும் குந்தகம் வந்துவிடும் என்ற பதில் கிடைக்கும். காலங் காலமாய் மிதிபட்டுக் கிடக்கின்ற தலித்சாதி மக்களின் அவலத்தைவிட, அதனைப் போக்க எடுக்கும் எத்தனிப்பை விட, ஒரு நாவலின் கலையழகு இவரைப் போன்றவர்களுக்கு உன்னதமான விசயமாகும். தன் நண்பன் ஒருவனுக்காகத் தன் நாட்டையே காட்டிக் கொடுக்கலாம் என்கிற 'மனித நேய' சித்தாந்தம் கொண்ட மேதைகளுக்கு இது உன்னதமானதுதான்!

இமையம், மேதைகள் புளகாங்கிதம் பெறுவதற்காக தலித்துகளின் உள்முரண்பாடுகளைப் பற்றிய வரலாற்று அறிவின்றி, கலையழகு மிக்க நாவல் இலக்கியம் பண்ணிக் கொண்டிருக்கட்டும். தலித்துகள் இப்படிப்பட்ட உன்னதநாவலோடு, இதன் ஏகபோகிகளான மேதைகளின் சித்தாந்தங்களைப் போட்டு உடைக்கட்டும்!

பெண்ணியக் குரலைக் கேட்ட தஞ்சைப்பகுதி தி. ஜானகிராமன் என்ற கலாமேதை, பெண்ணியம் பேசுபவர்கள் பணக்காரிகள் என்று நாவலில் அன்று சொன்னார். அதற்காக இவருக்கு ஏழைக்காரிகள் பேரில் அக்கறை இருந்ததாகப் பொருள் இல்லை. தலித்தியக் குரலைக் கேட்ட ஆர்க்காட்டுப் பகுதி இமையம் என்ற கலாமேதைகளின் நிழல், தலித்துச் சாதிகளுக்குள் தீண்டாமை இல்லையா என்று நாவலில் இன்று கேட்கிறார். இதற்காக, இவருக்கு ஆகக் கீழாய் ஒடுக்கப்படுகிற தலித் சாதி விடுதலை மீது அக்கறை இருப்பதாக யாரும் நம்ப முடியாது, இவருக்கு மட்டுமல்ல, இவரைச் சலவை செய்து மேதைகளின் நிழலாக உயர்த்தி பெறவைத்த 'நிஜமான' மேதைகளுக்கும் இருப்பதாக யாராலும் நம்பமுடியாது.

7. திராவிட இலக்கியம் கலகக் கூறுகளும், உலகப் பார்வையும்

1. கௌரவங்களைப் பகடி செய்தல்

'மிகவும் பவித்திரமானவற்றுக்கு எதிரானது சிரிப்பு' என்பார் **பக்தின்** (Rabelais and His World - *1984 : 94).* ரொம்பவும் சீரியசானது, பவித்திரமானது என்று உயர்த்திப் பிடிக்கிற பண்பாட்டில் அச்சம், மடமை, பலவீனம், ஒடுக்குமுறை, பொய், கபடம், வன்முறை, எச்சரிக்கை, தணிக்கை, தடை, அச்சுறுத்தல் ஆகிய அம்சங்கள் உள்ளூர உறைந்திருக்கும். இவை அதிகாரத்தைக் கட்டமைப்பவை. இவை கபட வேச முகமூடியை அணிந்திருக்கும் என்பார் **பக்தின்** (பக்தின் 1984 : 94). இந்த முகமூடியைக் கிழித்துவிடும் ஆற்றல் கொண்டவை: சிரிப்பு, வசை, முட்டாள் தனம், இங்கிதமின்மை, கேலி, கிண்டல், பகடி (Parody). இவற்றால் கும்மாளமிடுகிற சிரிப்பு, ஒருக்காலும் மக்களை ஒடுக்காது; குருடாக்காது. இந்தச் சிரிப்புத்தான், என்றைக்கும் மக்களின் கைகளில் ஒரு சுதந்திரமான ஆயுதமாக இருக்கும். அதிகாரபூர்வமான, பவித்திரமான, புனிதமான, 'சீரியசான' பண்பாட்டால் விலக்க, பழிக்க, ஒடுக்கப்பட்ட மக்கள் தொகுதியின் சிரிப்பு, அவர்களைப் புறவயமான தணிக்கையிலிருந்து மட்டுமின்றி, அதற்கும் முந்தி மாபெரும் அகவயமான தணிக்கையிலிருந்தும் விடுவிக்கிறது. ஆயிரக்கணக்கான ஆண்டுகளாகப் புனிதம், விலக்கு, அதிகாரம் பற்றி அம்மக்களிடம் வளர்ந்து வந்த 'அச்சத்திலிருந்து' அவர்களை விடுகிக்கிறது. **பக்தின்** மேற்கோளிடுகிற **ஹெர்சன்** என்பவர் சிரிப்பைப் பற்றிக் கூறும் போது, ('On Act' *1954)* சம அந்தஸ்துடையவர்களே தமக்குள் சிரிக்கத் தகுதியுள்ளவர்கள்; உயர்ந்தவர்களுக்கு முன் தாழ்ந்தவர்கள் சிரித்தால் சிரிக்க அனுமதிக்கப் பட்டால், உயர்ந்தவர்களின் மரியாதை விடை பெற்று விடும் என்பார். 'எபிஸ்' கடவுளுக்கு முன் மனிதர்கள் சிரிக்கிற போது அந்தக் கடவுளின் புனிதப் பெறுமதி அகன்று போகிறது, அதோடு அந்த 'எபிஸ்' கடவுள் ஒரு சாதாரண மாடாக இறங்கி விடுகிறது என்பார் ஹெர்சன். உன்னத மானவற்றை, உன்னதமில்லாதவர்கள் கேலி செய்து சிரிக்கிற போது உடன் நிகழ்ச்சியாக, உன்னதங்கள் தலைகீழாகப் புரட்டப்படுகின்றன (inversion). சர்வ வல்லமை பெற்றவையாக உள்ளவை இந்தப் பகடியின் மூலமாக சாமான்ய மானவையாக ஆக்கப்படுகின்றன. உயர்ந்தவற்றின்

அசாதாரணத்தன்மைகள் அகற்றப்படுகின்றன. மாற்றத்திற்காகக் குரலிடுகின்ற சாமான்யர்களின் மருகிப்போன தன்னிலைகள் களிப் படைகின்றன. மனச்சுமை, குத்தல், குற்ற உணர்வு, பயம் எல்லாம் கழன்று, தன்மானமும், சுயமரியாதையும் ஏற்படுகின்றன. குழு உணர்வும், போர்க்குணமும், இணக்கமும் கை கூடுகின்றன.

பல்வேறு வடிவங்களில், பண்பாடு மற்றும் அரசியல் - பொருளாதார நிலைகளில் ஒடுக்குமுறைகளுக்கு ஆளாகிற அடித்தள மக்களின் எதிர்ப்புக் குரலில் பெரிதும் நக்கல், நையாண்டி, குசும்பு, கிண்டல், கேலி, குமைப்பு, பகடி ஆகியவை பதுங்கிக் கொண்டிருக்கின்றன. தமிழகத்தில் ஒடுக்கப்பட்ட சாதி மக்கள், தம்மை வதைக்கிற பெரிய சாதியாரைத் தங்களுக்குள்ளே பகடி பண்ணிச் சிரித்து மகிழ்வதை நாட்டுப்புற இலக்கியத்தில் காணமுடியும். இது ஏட்டிலக்கியத்திலும் ஊடுருவியுள்ளது. 'முக்கூடற்பள்ளு' என்ற சிற்றிலக்கியத்தில் (இருநூறு முந்நூறு வருசங்களுக்கு முந்தியது) ஆண்டையைப் பற்றிய பள்ளர்களின் (இன்று இவர்கள் தம்மை 'தேவேந்திரகுல வேளாளர்' என்று சமஸ்கிருத வேளாள மயப்படுத்திக் கொண்டிருக்கிறார்கள்) கேலிச் சித்திரம் **பாரதியாரின்** ஜமீந்தார் பற்றிய சித்திரிப்பில் எதிரொலிக்கிறது; வெளி வேசமும் கபடமும் மிக்க பார்ப்பனப் போலிகள் பற்றிய **அ. மாதவையாவின்** கிண்டலில் எதிரொலிக்கிறது, நகர நாகரிக வாழ்க்கை பற்றிய **புதுமைப் பித்தனின்** கசப்பு கலந்த நையாண்டியில் எதிரொலிக்கிறது. **பெரியார், அண்ணா துரை, பாரதிதாசன்** முதலிய திராவிட இயக்கத்தினரின் படைப்புகளில் எதிரொலிக்கிறது. உலகெங்கும் உள்ள கறுப்பர் மற்றும் பெண்ணியவாதிகளின் கலகக் குரல்களில் எதிரொலிக்கிறது.

இந்தியச் சூழலில், திராவிடர்கள், தலித்துகள், பெண்கள் ஆகியோரின் கேலிக்கு உள்ளாக்கப்படுகிற புனிதங்கள் யாவும் ஒற்றுமை கொண்ட வையாக இருக்கின்றன. மூன்று தரப்பினரும் மனுதர்மம், பௌராணிக வைதிகம், ஆணாதிக்கப் பார்ப்பனியம் ஆகியவற்றைத் தங்களது குறியிலக்காகக் கொண்டு தாக்குகின்றனர். அதாவது **பெரியார்** பண்ணிய பகடிக்கு இலக்கானவர்களும், - வைகளும், தலித் மற்றும் பெண்ணிய வாதிகளின் பகடிக்கு உள்ளாகக் கூடியவர்களாக இருக்கிறார்கள் என்று சொல்லலாம். பார்ப்பனியத்தையும், வைதீக இந்து மதத்தையும் அதன் வருணாசிரமத்தையும் பகடி மூலம் தலைகீழாக்கிய **பெரியாரின்** சொல்லாடலில் தவிர்க்க முடியாத படி, பெண்ணியத்துக்கும், தலித் தியத்துக்குமான கூறுகள் இடம் பெற்றுள்ளன.

தங்களை ஒடுக்கப்பட்ட சூத்திரர் என்றும் (வேசையின் புத்திரர்கள்), திராவிடர் என்றும் (மொழிக் குடும்பம்), தமிழர் என்றும் (தேசிய இனம்)

அணி திரட்டிய திராவிட இயக்கத்தாரின் (வேளாளர் குறிப்பாக) இலக்கியத்தில் கௌரவமும், புனிதமும், பவித்திரமும் கொண்ட பார்ப்பனக் கடவுள், வேதம், மடாதிபதி, தம்பிரான், பூசாரி, இதிகாச மாந்தர் அனைவரும் பகடியின் மூலம் பலத்த நகைப்புக்கு உள்ளாக்கப் படுகிறார்கள். இந்துப் பண்பாட்டில் சீரியசானவையாகக் கருதி மதிக்கப்பட்ட அனைத்தையும், அனைவரையும் நகைப்புக் குள்ளாக்கும் கலகத்தைத் திராவிட இலக்கியமே தொடங்கி வைத்தது. இதற்குமுன் தமிழகத்தில் சித்தர்கள் இதனைச் செய்தார்கள்தான். ஆனால் இவர்களின் பகடி, மதத்துக்குள்ளேயே மற்றொரு மாற்று மதத்தை உண்டாக்கும் இலக்கினையே கொண்டிருந்தது. ஆனால் திராவிட இலக்கியத்தின் பகடி, இந்து மதத்தையே நிர்மூலம் செய்யும் இலக்கைக் கொண்டிருந்தது - (ஆட்சி அதிகாரம் என்ற மதத்தைக் கைப்பற்றும் வரை).

அண்ணாவின் 'வேலைபோச்சு' என்ற சிறுகதையில் வைதிகம், புரோகிதம், சந்நியாசம் முதலான பவித்திரங்கள், ஒரு திருமண அழைப்பிதழில் கவனக்குறைவாக நேர்ந்துவிட்ட அச்சுப் பிழைகளின் மூலமாக நக்கல் செய்யப்படுகின்றன. "சாமி காவடியானந்தர்" என்பது 'காமி சாவடியானந்தர்' என்றும், 'வேதம்' 'பேதம்' என்றும், பிழையாக அச்சாகின்றன. இந்தப் பெயர்களில் புனையப்பட்டுள்ள பெருமைகள் எல்லாம், எழுத்துகளை இடம் பெயர்த்து வைத்த மாத்திரத்தில் தலை கீழான பண்பை அடைந்து விடுகின்றன. கனம் ஏற்றப்பட்ட வார்த்தை களின் அமைதியை - ஒழுங்கை - வரிசையை - இலக்கணத்தை நையாண்டித் தனமாகச் சீர்குலைக்கிறபோது, அப்படிப்பட்ட வார்த்தை களுக்கும் அதிகாரத்திற்கும் (இந்த வார்த்தை இன்று பழுத்துப் பழசாகிவிட்டது) இடையில் கட்டமைக்கப்பட்ட சம்பந்தம் துண்டிக்கப் படுகிறது. கூடவே இவற்றால் கட்டப்பட்ட ஒடுக்கப்பட்ட மக்களின் மனங்களும் அவிழ்க்கப்படுகின்றன. கலக இலக்கியத்தின் பிரதான பணி இதுதான்.

கதாபாத்திரங்களுக்குப் பெயர் சூட்டுவதிலும் **அண்ணா** உன்னதங் களைத் தலைகீழாக்கியுள்ளார். புவனேஸ்வரி, கல்யாணி, தமயந்தி, திலகா, கோகிலம், ரமாமணி முதலிய வடமொழிப் பெயர்கள், வைதிகப் பெண் கடவுள் மற்றும் பதிவிரதையைக் குறிப்பன. புனிதம், தெய்வீகம், அழகு, மேன்மை போன்ற உன்னதங்களைக் குறிக்கும் இப்பெயர்களை **அண்ணா**, வேசைகளுக்கு இட்டுள்ளார். 'வேலை போச்சு' கதையில் வரும் 'வியாசர்' பத்திரிகை ஆசிரியர் அனுமந்தராவ், இவர் மனைவி சீதை, துணை ஆசிரியர் கருடாழ்வார். அனுமந்தராவ் உண்மையில் எதைக் குறிக்குமோ தெரியாது. ஆனால் படித்ததும் அனுமனை உணர்த்தி விடுகிற பெயர். இவ்விதத்தில் அனுமன், சீதை, கருடன் என்பவை வைணவ இதிகாச பாத்திரங்கள். ராமன் என்ற அவதார புருஷனுக்கு (புருடன்-தனித்தமிழ்) தர்மபத்தினி சீதை. ஆனால் **அண்ணாவின்** கதையில் இவள், ராமனின் சேவகன் அனுமனின் 'பத்தினி'.

வைதிகப் புனிதப் பெயர்களை மாற்றி அண்ணா பகடி செய்வதைப் போல, **பாரதிதாசன்** ஒரு படி முன் சென்று, இராமாயணத்தையே முறை மாற்றிக் கிண்டல் செய்துள்ளார். 'திருந்திய ராமாயணம்' என்ற கதையில், 'பாலகாண்டம்' 'டெலிபோன் படலம்' என்று ஆங்கிலப் பதப் பிரயோகத்தைக் கால வழுவாக இட்டு நையாண்டியைத் தொடங்கி, 'பாத்ரூம்' 'ரிவால்வார்' என்கிற நவீன வார்த்தைகளால் ராமாயணத்தின் சீரியஸ் தனத்தைச் சிதைத்துள்ளார். அவருடைய திருந்திய ராமாயணத்திலிருந்து ஒரு பகுதி:

"கைகேசி பாத்ரூமில் இருப்பதாய்த் தெரிந்தது.
தசரதன் பாத்ரூமை நோக்கி நடந்தார்.
பாத்ரூமானது வட்ட வடிவமாய் அமைந்து,
சுற்றிலும் நான்கு வாயிலுடையதாயிருந்தது.
வாயிற் கதவுகளெல்லாம் மூடப்பட்டிருந்தன.
திரு. ராமனை மோதி சக்ரவர்த்தி (தசரதன்)
சந்தித்தார். அவர் நெஞ்சம் துடித்தது. திடுக்கிட்டு,
'ராமா ஏன் இங்கு வந்தாய்?' என்று
கேட்டார். சிற்றன்னையிடம் ராமன் வந்ததாய்ச்
சொன்னான். 'பாத்ரூமில்தானா' சந்திக்க
எண்ணினாய்?' என்று தசரதர் கேட்டார்.
இது விஷயத்தில் தாங்கள் அதிகமாய்ச்
கவனிக்கலாமா?' என்று ராமன் சொன்னான்.
தசரதர் பரிதாபமாய், 'ராமா என் மீது உண்மை
யான ஆசை உனக்கு இல்லை போலும்'
'அவளைச் சிற்றன்னையென்றும் நினைக்கலாகாதா?'
என்றார். ராமனுக்குக் கோபம்! 'கைகேசி
உமக்கு மனைவி என்பதும், எனக்குக் கைகேசி
சிற்றன்னையென்பதும், ஆசிரியர் முறைப்படி
உண்மையாயினும், உலக நியாயப்படி பார்த்தால்
ஆக்ஷேபிக்கக் கூடியவை'.

இந்தப் பகுதியில் விண்ணில் சஞ்சரிப்பவை மண்ணுக்கு இழுத்து வரப்பரப்படுவதை உணரலாம். அவதார புருஷன், சக்கரவர்த்தியாகிய தந்தையிடம் அவருடைய மனைவி பற்றிப் பேசும் பேச்சிலுள்ள த்வனிப்

பொருள் கவனிக்கத்தக்கது. புனிதமும், மரியாதையும் மிக்க உயர் குடும்பத்து உறவுகள் நகைப்பிற்கிடமாகின்றன. நாட்டுப்புற பாணியில் பகடிக் கதைகளின் ஒரு பண்பை இதில் உணரலாம்.

மேலும் இந்தக் கதையில், சதி வேலை செய்த மந்தரை மீது தசரதர் சினங்கொண்டு பாயும்போது, 'ஜாக்ரதை' என்ற ஒரு வார்த்தை சொல்லி மந்தரை, தன் இடுப்பிலிருந்து ரிவால்வாரை எடுத்து நீட்டுவதாகப் **பாரதிதாசன்** கிண்டலின் உச்சத்தை எட்டுகிறார். பெரிய சக்ரவர்த்தி, வேலைக்காரி - கூனியின் ரிவால்வாருக்கு முன் அசக்தனாகிறான். 'ரிவால்வார்' இங்கே, அறிவியல், பகுத்தறிவு நவீனத்துவம் ஆகியவற்றின் குறியீடாக்கப்பட்டு (தீவிரவாதப் பெண்ணியம் இதனை வேறு மாதிரி குறியீடாகவும் கொள்ளலாம்), இதற்கு முன்னால் பழைய மகாத் மியங்கள் செல்லுபடியாகவில்லை என்பதும் உணர்த்தப்படுகிறது. இந்தக் கதையைப் **பாரதிதாசன்** முடிக்கிறபோது, தசரதனையும், ராமனையும் பார்த்து, கைகேசி, "என் கட்டளைக்கு எதிர்த்துப் பாருங்கள்" என்று சவால் விடுவதாக எழுதியுள்ளார். **ஆணின் தலைமையும்**, ஆரியரின் தலைமையும் (திராவிடப் பார்வையில்) தமிழ்ப் பெண்களால் சவால் விடப்படுகின்றன. ஆரிய ராமாயணத்தின் ராமனும் ராவணனும் திராவிடப் பார்வையில் 'இராவண காவியத்தில்' தலைகீழாக முறை மாற்றப்பட்டதைப் போல, இங்கே தசரதன், ராமன், கைகேசி, மந்தரை ஆகியோர் முறை மாற்றப்பட்டிருக்கிறார்கள். இந்த அம்சத்தை திராவிட கலக இலக்கியத்தில் தூக்கலாகக் காணலாம். பார்ப்பன உன்னதங்களால் வீழ்த்தப்பட்ட இராவணன், இரணியன், கும்பகர்ணன், கர்ணன், துரியோதனன், மந்தரை முதலான இதிகாச - புராண பாத்திரங்களுக்கு நேர்மறையான பண்புகளை படைத்ததன் மூலம் உன்னதமாம் புனித மையங்களைக் கருத்தியல் - உளவியல் ரீதியில் தகர்க்கும் பணி நிகழ்கிறது.

கௌரவங்களை, அதிகாரபூர்வமானவற்றை கௌரவமல்லாதவை மற்றும் அதிகாரப்பூர்வமற்றவற்றைக் கொண்டு பகடி செய்து, அவற்றின் அமானுச வேடத்தைக் கிழிக்கும் காரியத்தைத் திராவிட இலக்கியங்கள் திறம்படச் செய்துள்ளன. 'தாசி வீட்டில் ஆசீர்வாதம்' என்ற கதையில் எந்தத் தம்பிரான் சாமியிடம் ஆசீர்வாதம் பெறுவதற்கு இரண்டு இளைஞர்கள் வந்தார்களோ அந்தச் சாமியை ஒரு தாசியின் வீட்டில் தரிசிப்பதாகப் பாரதிதாசன் கிண்டல் செய்கிறார். 'பகுத்தறிவுத் தடை' என்ற கதையில் வெளிப்பார்வைக்குத் தெய்வீகமாகத் தெரியும் பெருமாள் சிலையும், மூலஸ்தானமும், அர்ச்சக ஐயங்காரும், மறைவாகத் திருட்டுத் தொழிலுடன் சம்பந்தம் கொண்டவர்களாகப் **பாரதிதாசன்** கேலி

செய்கிறார். சிலையின்-தலையை அதாவது,பெருமாளின் தலையைத்திருகி உள்ளே பார்த்தால் அர்ச்சகன் இராக்காலங்களில் கொள்ளையடித்துச் சேமித்த பொன்னும் பொருளும் இருக்கின்றன. ஒழுங்கானவை, மரியாதைக்குரியவை, பயபக்திக்குரியவை, கும்பிடத் தக்கவை என்று ஆக்கப்பட்டவைதாம், விலக்கப்பட்ட மக்களிடம் அவநம்பிக்கை, அச்சம், தாழ்வு மனப்பான்மை முதலியவற்றை ஏற்படுத்தியுள்ளன. இந்த ஒழுங்கு, மரியாதை, தெய்வீகம் ஆகியவற்றின் மறுபுறம் மக்கள் நினைத்துக் கொண்டாடிக் கொண்டிருப்பதாக இல்லை என்பதைப் பாரதிதாசனின் கதைகள் உணர்த்துகின்றன. இங்கே விளையாற்றுகிற கேலியின் வழியே வெடிக்கும் சிரிப்பால் ஓர் உண்மை உபதேசம் செய்யப்படுகிறது என்பதை விட, இந்தச் சிரிப்பின் அனுபவமும், அதனுள் வாழ்வதும்தான் முக்கியமானவையாகும். கண்ணுக்குப் புலப்படாதபடி திராவிட மக்களைக் கட்டிப் பிணைத்துள்ள சங்கிலிகள் அறுபடுவதே பகடியின் இலக்காகத் தெரிகிறது.

'கடவுள் மகத்துவம்' என்ற கதை தனிச் சிறப்பு வாய்ந்தது. இதில், ஒரு குடும்பத் தலைவியின் மாதவிடாய், பூசாரி பண்டாரங்களுக்குச் சமைத்துப் போட இருந்த புனிதமான நேர்ச்சையைத் தடுத்து விடுவதாய்ப் **பாரதிதாசன்** எழுதியுள்ளார். வைதீகப் புனித சடங்குக்கு எதிராக, அது கற்பித்த தீண்டாமையை (மாதவிடாய்) முன்வைத்து கேலி செய்துள்ளார். இப்படி மூத்திரம், நரகல், தூமை (Menses) முதலிய மனிதக் கழிவுகளைக் கொண்டு, புனிதமான இடங்களை, நபர்களை, சடங்குகளை அசிங்கப்படுத்துவதும், வசை வார்த்தைகளால் நிலை குலைப்பதும் பகடிப் பேச்சைச் சார்ந்தவையே. கருத்து மற்றும் ஆயுதங்களின் வன்முறைக்கு எதிராகக் கிளம்ப முடியாதபடி அமுக்கப் பட்டவர்கள், தங்களுடைய கழிவுகள், கெட்ட வார்த்தைகள் மூலம் தாக்கிக் களிப்பது தவிர்க்கவியலாத உத்தியாக உள்ளது. இந்தக் காரியத்தைச் செய்வதன் மூலம், தங்களை அசிங்கப்படுத்தியவற்றை அசிங்கப்படுத்துவதோடு, தங்களுடைய 'இழிந்த பிறப்பு' புனர்ஜென்மம் எடுத்திட வகை செய்யப்படுகிறது. அழிக்கவும் ஆக்கவும் வல்ல இந்த மனிதக் கழிவுகளின் குறியீடுகள் சிரிப்புடன் நெருக்கமாக உறவு கொண்டுள்ளன. இவை தான், உயர்த்தி வைக்கப்பட்டவற்றை அசிங்கப் படுத்துவதற்குப் பொருத்தமான சரக்குகள் என்பார் **பக்தின்** (பக்தின் 1984: 151-152). **பாரதிதாசன்** இங்கே ஒரு பெண்ணின் மாதவிடாய்க் கழிவைக் கொண்டு நேர்ச்சையின் வைதீகப் புனிதத்தைக் கேலி செய்கிறார். வைதீகப் புனிதத்தின் மீது அசிங்கம் பூசப்படுகிறது. அழிக்கப் படுகிறது, கூடவே பாதிக்கப்பட்டவர்களிடம் புத்தாக்கம் நிகழ்கிறது.

திராவிட இலக்கியத்தின் உதயத்தோடுதான் இலக்கியச் சொல்லாடலுக்குள், விபச்சாரிகள், விடன், திருடன், மில் தொழிலாளி, வண்டிக்காரன், வேலைக்காரி, கூலிக்காரன், ஏழை ஆகியவர்கள் வந்தார்கள். இவர்கள், அங்கீகரிக்கப்பட்டவற்றையே ஏற்றுப் பழகிப் போனவர்களுக்கு அங்கீகரிக்கப்படாதவர்களாக, தரமற்றவர்களாக, திறனற்றவர்களாக, ஒழுங்கற்றவர்களாகத் தோன்றுவார்கள். இவர்களும், இவர்களைப் பற்றிப் பேசுபவர்களும், அதிகாரப் பூர்வமானவர்களின் பார்வையில் போக்கிரிகளாக, கிறுக்கர்களாக, ஒழுங்கீனர்களாக தோன்றுவார்கள். **பண்டித ஜவஹர்லால் நேருவுக்குப் பெரியார்** எப்படித் தோன்றினார்? அன்று **பெரியார், அண்ணா, கருணாநிதி, பாரதிதாசன்** போன்றவர்கள் அக்கால காங்கிரசார் - பார்ப்பனர்கள் பார்வையில் நீசர், ஒழுங்கீனர், கீழ்ச்சாதியர், கண்ணியக் குறைவானவர் என்றுதான் பட்டார்கள்.

இவர்களின் படைப்புகள் தரமற்றவை, தகுதியற்றவை, வெறும் பிரச்சாரம் என்ற உன்னத கலை இலக்கியப் பீடத்தார்களால் தீர்ப்பிடப்பட்டன. தமிழ் இலக்கிய வளர்ச்சிக்குத் குந்தகமாகி விட்டன; இதனால் தரமான இலக்கியம் வளர, முடியாமல் போய்விட்டது என்ற ஒப்பாரி எழுந்தது. (இது இன்னமும் ஓய்ந்தபாடில்லை).

கடவுள், அரசன், புரோகிதன், பதிவிரதை என்ற உன்னதங்களின் வரிசையில் இலக்கியம் என்ற ஒன்றும் இடம் பிடித்துக் கொண்டது. இது இன்னொரு விக்கிரகம் போல வழிபாடு செய்யப்படுகிறது. அதிகாரப்பூர்வ பண்பாட்டில் வகை வகையாகத் தரம்பிரிக்கப்பட்டு, ஒரு ஏறுவரிசையில் நிறுத்தப்பட்டு, ஒவ்வொரு வகைக்கும் ஓர் இலட்சிய உன்னதம் முன்மாதிரியாக நிறுத்தப்படுவதைப் போல, அதிகார பூர்வத்தை எதிர்க்கின்றவர்களின் பண்பாட்டில் வகைபாடுகளைக் காணவியலாது. இவர்களின் இயக்கத்தில் அரசியல், பண்பாடு, கலை இலக்கியம் முதலானவை தனித்தனியாக வகையுறாமல் கலவையாகவே இருக்கின்றன. எனவே அதிகாரபூர்வ இலக்கியத்தைக் கொண்டு கலக இலக்கியத்தை அளக்க முடியாது. அதிகாரபூர்வ இலக்கியத்தை நோக்கி வளர்வது கலக இலக்கியம் அல்ல; உன்னத - விக்கிரக - இலக்கியங்களை எள்ளி நகையாடி குப்புற வீழ்த்துவது ஒரு புறமும், அப்படிச் செய்வதன் மூலமாக உரிமையைப் பெறும் பொருட்டு, அங்கீகரிக்கப்படாத வர்களிடம் மறு படைப்பையும் புத்தாக்கத்தையும் ஏற்படுத்துவது ஒருபுறமும் கலக இலக்கியங்களால் சாத்தியமாகின்றன. 'அத்து மீறுதலும் ஐக்கியப்படுதலும், ஒருசேர நிகழ்கின்றன. உன்னத இலக்கியமும் ஒடுக்கு முறையின் ஓரங்கம்தான். பரத நாட்டியம், கர்நாடக சங்கீதம், சக்தி வழிபாடு போல, இது மிகுந்த சடங்குகளையும், சம்பிரதாயங்களையும், சமத்காரங் களையும், புனித மதிப்பீடுகளையும், சாத்திரக் கட்டுப்பாடுகளையும்,

தணிக்கை முறைகளையும் கொண்டு மாபெரும் விக்கிரகமாக ஆக்கப்பட்டுள்ளது. இந்த விக்கிரகத்தை உடைப்பதிலிருந்தே பாதிக்கப்பட்ட தொகுதியினர்க்கான கலக இலக்கியம் தொடங்குகிறது. திராவிட இயக்கத்தின் படைப்பாளிகள் குறிப்பிட்ட வரையறைகளோடு உன்னத இலக்கிய விக்கிரகத்தை உடைத்துள்ளார்கள்.

இவர்களுடைய கலக இலக்கியம் வித்தியாசமானது. கதை, கட்டுரை, பிரச்சார வேகம், அத்துமீறல், அங்கீகரிக்கப்படாதவற்றின் ஊடுருவல், மொழி உடைப்பு, இலக்கண மீறல், குசும்பு, சேட்டை, கூச்சமின்மை, ஆசிரியக் குறுக்கீடு, அபத்த வருணிப்பு, எதார்த்தமின்மை, மிகை, நளினமற்ற முரட்டுப் பேச்சு ஆகியவற்றின் கலவையாக இது அமைகிறது.

ஒடுக்குகின்ற உன்னத இலக்கியத்தை, வேதத்தை, அதன் மூலம் பார்ப்பனியத்தைத் தூக்கிப் பிடிப்பவர்களே, திராவிட இயக்கம், தமிழ் இலக்கிய வளர்ச்சிக்கு ஊறு விளைவித்துவிட்டதாக கூக்குரலிடுவார்கள். அங்கீகரிக்கப்பட்டவற்றையும், அதிகாரபூர்வமானவற்றையும் எதிர்த்துப் பேச முடியும், அப்படிப் பேசுவது ஒன்றும் பாவம் அல்ல, அது குதூகலமானதுதான் என்கிற ஒருவிதப் பண்பாட்டுக் களிப்பை ஏற்படுத்தியவை திராவிட இலக்கியங்களே! பத்திரிகை, கதை, கட்டுரை வழியாகப் பிற்படுத்தப்பட்ட மற்றும் தலித் மக்களிடம் படிக்கிற பழக்கத்தை உண்டாக்கிவிட்டன. நடுத்தர வர்க்கத்தாரின் நுகர் பொருளாக ஆகிக் கொண்டிருந்த வெகுஜன இலக்கியத்தைக் கலக இலக்கியமாக உருமாற்றின.

ஆனால் திராவிட இலக்கியத்தைப் பற்றிய பார்ப்பன விமர்சனத்திற்கு எதிர் வாதமாக, திராவிட இலக்கியம் தரமானது, உன்னதமானது எனத் திராவிட இலக்கியவாதிகள் பேசுவது என்பது பார்ப்பனியத்துக்குள் முடங்கிப் போகும் காரியமாகும். எந்த இடத்திலிருந்து எதைக் காலி செய்ய முயன்றார்களோ அந்த இடத்தில் தங்களைக் கொண்டு போய் அமர்த்தும் செயலாகிவிடும். திராவிட இயக்கம் அரச அதிகாரத்தைக் கைப்பற்றிய பிறகு இதுதான் நடந்தது. 'ஒன்றே குலம், ஒருவனே தேவன்', 'ஏழையின் சிரிப்பில் இறைவனைக் காண்போம்', 'மாற்றான் தோட்டத்து மல்லிகையும் மணக்கும்', 'பிள்ளையார் கோவிலை இடிக்கவும் வேண்டாம், தேங்காய் உடைக்கவும் வேண்டாம்' என்று சமரசப்போக்கும், நடுவு நிலை வகிக்கும்போக்கும் உண்டாகியது. மேற்கே, புரட்சிக்குப் பின், சோவியத் அரசு, பாட்டாளி மக்களாட்சி என்பவை, பழைய அரச அதிகார வர்க்கத்தின் துணையோடு நடத்தப்பட்டதால் சீரழிந்து போய்க் கொண்டிருப்பதை இன்றும் காணலாம். இதைக் குறிப்பிடக் காரணம், சோவியத் சீரழிவுக்குப் பல்வேறு நியாயங்களைக் கற்பிக்கிற பலபேர், இங்கே திராவிட இயக்கச் சரிவை மட்டும் மிகக் கொச்சைப்படுத்திக்

குறை கூறுவதில் நியாயம் ஏதுமில்லை என்பதற்காகத்தான். திராவிட இயக்கத்தின் பிற்பட்ட, மிகவும் பிற்பட்ட தலித் சாதிகளைப் பற்றி காங்கிரசார் - பார்ப்பனர்களின் பார்வையில் காரணம் சொல்ல முடியாத ஒருவித இழிவும், அசிங்கமும் படிந்துள்ளன. இந்தச் சனாதனப் பார்வைதான், திராவிட இயக்கம், ஆட்சி, இலக்கியம் பற்றி ஓர்மையின்றியும், ஓர்மையோடும் எதிர்மறையாக நோக்க வைக்கிறது.

அங்கீகரிக்கப்பட்டவர்களின் உன்னதங்களைக் கேலி செய்வதன் மூலம் அவற்றைத் தலைகீழாகப் புரட்டிய திராவிட இலக்கியவாதிகள், இதன் நீட்சியாக மற்றொரு காரியத்தையும் செய்தார்கள். அங்கீகாரம் பெற்ற அதிகாரப்பூர்வப் பண்பாடு எவற்றையெல்லாம், மரியாதைக் குறைவானவை, பாவமானவை, அருவெறுக்கத் தக்கவை என விலக்கி வைத்துள்ளதோ, அவற்றையே, முன்வந்து ஏற்றுக் கலகப் பாங்கில் வாழ்வதன் மூலமாக, அதிகாரப்பூர்வப் பண்பாட்டை அதிர வைத்து, அதன் முகத்திரையைக் கிழிப்பது கலக இலக்கியத்தின் மற்றொரு பரிமாணமாகும். 'குமாஸ்தாவின் பெண்தான்' என்கிற கதை மூலம் **அண்ணா** இதனைச் சாதித்துள்ளார்.

இந்தக் கதையை விவரிக்கிற பார்ப்பனக் குமாஸ்தாவின் மகள் காந்தா, 'குமாஸ்தாவின் பெண்' என்ற நாடகத்தில் பார்த்த சீதா பெண்ணுக்கு நேரெதிரான வாழ்வைத் தேர்வு செய்கிறாள். நாடகத் தலைவி சீதா குடும்ப வறுமை காரணமாகக் கிழப் பார்ப்பானுக்கு வாழ்க்கைப்பட்டு விரைவில் விதவையாகிறாள். இளம் விதவை படும் பாடுகளைச் சீதா அனுபவிக்கிறாள். தன்னை பலாத்காரம் பண்ண வந்த மிராசிடமிருந்து தற்காத்துக் கொள்ள தற்கொலை செய்கிறாள். நாடகத் தலைவி சீதா போலவே கதை சொல்லிவரும் காந்தாவும் இளம் விதவையாகிறாள். வீட்டிற்குள் அடைபட்டுக் கிடக்கும் போது உறவினர்கள் ஓடிவந்து ஒழுக்க உபதேசம் செய்தபோது காந்தா,

'......எங்கள் ஏழ்மையைக் கண்டு உதவி செய்ய
யாரும் முன்வரவில்லை. எனக்குத் தக்கவனைத்
தேடித்தர ஒருவரும் முன்வரவில்லை, என் வாழ்வு
கொள்ளை போவதைத் தடுக்க யாரும் முன்வரவில்லை.
எல்லாம் முடிந்து நான் விதவையாகினதும்,
என் விதவைத் தன்மையைக் கெட்டுப் போகாமல்
பார்த்துக் கொள்ளும்படி எச்சரிக்கை செய்ய,
உபதேசிக்க உற்றார் வந்தனர். அவர்களுக்கிருந்த
கவலையெல்லாம் குலப்பெருமைக்குப் பங்கம்

வரக்கூடாது என்பதுதான். எனக்கு வீடே
ஜெயில்தான். அப்பா, அம்மா, காவலர்கள்,
உறவினர், போலீஸ், ஊரார் தண்டனை தரும்
நீதிபதிகள்'

என்று குமுறுகிறாள். எச்சரிக்கை, உபதேசம், தண்டனை என்கிற விதத்தில் குலகௌரவம், ஜெயில் - போலீஸ் - நீதிபதி என்கிற அதிகாரப்பூர்வ அமைப்புகள் செயல்படுவதைப் பாதிக்கப்பட்ட பெண் வழியாக **அண்ணா** உணர்த்துகிறார். குலகௌரவம் - பெற்றோர் - குடும்பம் - சமூக மதிப்பு என்கிற கருத்தியல் வன்முறையோடு, ஜெயில், போலீஸ், நீதிபதி என்கிற நேரடி வன்முறை அமைப்புக்களை **அண்ணா** இணைத்துப் பார்க்கிறார்.

காந்தா, சீதாவைப் போலத் தற்கொலை செய்யவில்லை. தன்னை அடைய ஆசை கொண்ட மிராசு வேதகிரி முதலியாருக்கு வைப்பாட்டியாகி, 'பணக்கார உலகத்தின் மீது படை எடுத்துச் செல்!" என்று தன் வாழ்வை யுத்தமாகப் பிரகடனம் செய்கிறார். விலக்கப்பட்ட பாத்திரத்தைச் சூட்டிக்கொள்ளுவதை **அண்ணா** யுத்தமாகக் கருதியதைக் கலக இலக்கிய உயிர்நாடி என்றே சொல்லலாம். ஜெயில் - குடும்பம், காவலாளிகள் - பெற்றோர்; போலீஸ் - உறவினர், நீதிபதி - ஊர் என்கிற சரியான அதிகாரப் பூர்வமான, வன்முறை, கபடம், பொய் ஆகியவை மலிந்த ஆதிக்க உலகின் மீது யுத்தம் தொடுப்பதாக இதனைக் கருதலாம்.

நாகரிகமானவர்கள், நாசூக்கானவர்கள், சட்ட ஒழுங்கை மதித்து நடக்கும் கனவான்கள், முதலாளிகள், நடுநிலையாளர்கள், சான்றோர்கள், நேர்மை மிக்கவர்கள் என்று விளம்பரம் செய்யப் படுபவர்களே மக்களை ஒடுக்கக் காரணமானவர்கள். இவர்களால்தான் ஒடுக்கப்படுகிற மக்கள் சீர்திருந்தி, உயர்ந்து, முன்னேற்றம் காண்பார்கள் என்று உபதேசம் செய்வது, இந்த மக்களை என்றும் கட்டுக் காவலுக்குள் நிறுத்தி வைப்பதற்காகவே இருக்கும். இம்மக்கள் இவ்வாறு ஒடுக்கப் பட்டதற்கு இம்மக்களே காரணம் என்று கூறுவது ஒடுக்கப்பட்ட நிலைக்கு அவர்களைப் பழக்கப்பட்டுப் போகச் செய்யும் உத்தியாகும். 'நாகரிகமின்மை', எழும்பவிடாமல் ஒடுக்குகின்ற சட்ட ஒழுங்கு முறையை மீறுதல், வன்முறைக்கு எதிரான புரட்சிகர வன்முறைக்கு இறங்குதல், உள்ளவனைச் சூறையாடல், முதலானவற்றைச் குற்றச் செயல்களாக இந்த மக்களிடம் ஏற்றி வைப்பதன் மூலமாக, இவர்கள் தமது விடுதலைக்கான மாற்று வழிகளைக் கையாளுவதுகூடக் குற்றச் செயலாக ஆக்கப்படுகிறது. இந்தக் கருத்தியல் செப்படி வித்தையை இம்மக்களால் புரியமுடிவதில்லை.

இதற்கு மாறாக, இதனை நிர்மூலப்படுத்துவதற்கு மக்களிடம் குற்றம், பாவம், தகாதவை, அசிங்கம், தப்பு என்று 'பொதுக் கருத்தியலால்' தணிக்கை செய்து விலக்கியவற்றைப் பரிசீலிக்க வேண்டியது அவசியம். பணிவதுபோலப் பாசாங்கு செய்வது, மறைவாகப் பகடி செய்வது, வாக்குத் தவறுவது, பைத்தியம் போல நடந்து கொள்வது, சந்தர்ப்பம் கிடைக்கிற போதெல்லாம் ஒழுங்குகளை அத்து மீறுவது, உள்ளவனிடமிருந்து அபகரிப்பது முதலான விலக்கப்பட்ட காரியங் களைக் குற்றவுணர்வின்றி, அல்லது குற்றவுணர்வுப் பிடியிலிருந்து விடுபடுவதற்காக ஏற்றுச் செயல்படுவது, கலகக் கலாச்சாரம் மற்றும் மாற்று வாழ்க்கைக்கும், ஆதிக்கத்தை எதிர்த்து வியூகம் கட்டுவதற்கும் அவசியமாகிறது. குதிரைக்குத் தன் வலியைப் போக்க வேண்டு மென்றால், தன்மீதேறிச் சவாரி செய்கிறவனைப் புரட்டி வீழ்த்த வேண்டுமேயன்றி, அவனுடைய ஆணைப்படி நடந்தால் முடியாது.

அண்ணாவின் விதவை காந்தா இப்படி ஒரு கலக - போராட்ட வாழ்வில் நுழைகிறாள். மிராசின் வைப்பாட்டியாகிறாள்; அவனைத் தன் வசப்படுத்துகிறாள், அவனை ஒரு நாயைப் போலக் காத்துக் கிடக்கச் செய்கிறாள், ஊர் வாயை அடைக்கிறாள். நீதிபதிகளும், போலீசும், காவலாளிகளும், சிறைச்சாலையும் மௌனமாகிறார்கள். இறுதியில் தன்னைக் கொல்ல வந்த பழைய காதலனைக் கொல்லுகிறாள். விதவையாகித் தண்டிக்கப்பட்டுத் தன்னைக் கொல்லுவதைவிட, கொல்ல வந்தவனைக் கொலை புரிவது, காந்தாவின் மனமார்ந்த வாழ்க்கையாகிறது. ஒழுங்கினால் தண்டிக்கப்படுவதை விட, ஒழுங்கைத் தண்டிப்பதுதான் தண்டிக்கப்பட்டவர்களின் இயல்பான, மாற்று வாழ்க்கையாக இருக்க முடியும். இங்கே காந்தா பெண் என்பதால் பாலியல் மீறல் கவனம் பெறுகிறது. சூத்திரர், தலித் என்றால் வேறு வகையான மீறல்கள் இடம்பெறும். மேற்படி கதையில் **அண்ணாவின்** உத்தேசம் பார்ப்பனர் களைக் கொண்டே பார்ப்பனர்களின் ஈனத்தனங்களை அம்பலப் படுத்துவதாக இருந்தாலும், இந்த உத்தேசத்தையும் மீறி ஒடுக்கப்பட்ட நிலைமையின் பார்வையில் படைக்கப்பட்டதால், கலக இலக்கிய அம்சம் கை கூடியுள்ளது.

ஒரு விதவைப் பெண், தானே ஒருவனுக்கு வைப்பாட்டியாக முன்வந்து, உன்னதமான ஒழுக்கத்தை உடைப்பது ஒரு கலகச் செயல். இதற்கு மேலாக, ஒழுக்கத்தை உபதேசிக்கின்ற உன்னதங்கள், சாமான்யரைவிடப் பன்மடங்கு ஒழுக்கத் கேடானவை என்று உன்னதங்களின் பொய் ஒழுக்கத்தை உடைப்பது இன்னொருவித கலகச் செயலாகும். இந்த முறை, திராவிட இலக்கியத்தில் பரவலாகக் காணப்படுகிறது. பகடி மூலம்

எள்ளி நகையாடுவதிலிருந்து இது வேறுபடுகிறது. பகடி செய்பவர்களுடையவை, குற்றமில்லாதவை என்ற மனத் தெளிவு ஏற்படுகிறது. ஆனால் உன்னதங்களைப் பன்மடங்கு மோசமான சூதாடி என்பதை இக்கதையில் கூறுகிறார்.

2. திராவிட இலக்கியத்தில் எதிர் இணைகள்

திராவிட இலக்கியத்தில் நகரம் X கிராமம், முதலாளி X தொழிலாளி, பணக்காரன் X ஏழை, பார்ப்பனர் X சூத்திரர், ஆரியர் X திராவிடர் என்கிற எதிரிணைகள் காணப்படுகின்றன. இந்த எதிரிணைகளில் முதலில் வருபவர்கள் மேல்நிலையிலும், அடுத்து வருபவர் கீழ்நிலை யிலும் இருக்கிறார்கள். இருவருள் மேல்நிலை வகிப்பவர்கள் அடிநிலையில் தள்ளப்பட்டவர்களை விட எந்தவிதத்திலும் அதற்குத் தகுதியற்றவர்கள் என்றும், அடிநிலை உள்ளவர்கள் மேல்நிலை வகிப்பவர் களைவிடச் சாலச் சிறந்தவர்கள் என்றும் படைக்கப் பட்டிருக் கிறார்கள். பாத்திரங்களின் பெயர் வைப்பு முறையில் இது பிரதிபலிக்கிறது. மேலானவர்கள் - கேடானவர்கள் ஆகியோர்க்குப் பார்ப்பன - வடமொழிப் பெயர்களும், அடித்தளத்தினர் நல்லவர்கள் ஆகியோர்க்குத் தமிழ்ப் பெயர்களும் தரப்பட்டுள்ளன. **மு.வரதராசன்** என்கிற திராவிட எழுத்தாளர் இதற்கு நல்ல உதாரணம்.

(நகரம்) முதலாளி, பணக்காரன், பார்ப்பனர், ஆரியர் என்போர், (கிராமம்) தொழிலாளி, ஏழை, சூத்திரன், திராவிடன் ஆகியோரை ஒடுக்கிச் சுரண்டுவதாகத் திராவிட இலக்கியம் வலியுறுத்துகிறது. **பாரதிதாசன்**, 'பார்ப்பான்' என்பதற்கு எதிர்ச்சொல்லாகத் 'தமிழன்' என்பதை மொழிந்துள்ளார். ஏறுவரிசையில் அமைந்து இயங்குகிற சாதிய சமுதாயத்தில், திராவிட இயக்க இலக்கியமானது சாதியை அப்பட்டமாக முன் வைக்காமை தெரிகிறது. குறிப்பாகச் சாதி அமைப்பில் தீண்டாமையால் கடுமையாக நசுக்கப்படுகிற தலித் சாதி அடையாளங்கள் மௌனமாக்கப்பட்டுள்ளன. ஒரு கதையில் **பாரதிதாசன்** 'ஆதி திராவிடர்' என்று திராவிட அடையாளத்தோடு தலித்துகளைக் குறிப்பிடுகிறார். சூத்திரர் என்ற பாகுபாட்டிலும் கூட இரு வகையினர் குறிக்கப்படுகின்றனர். பார்ப்பனர் அல்லாதார் எல்லோரும் சூத்திரர் என்று கூறினாலும், சூத்திரர்க்குள் மேல் / அடித்தட்டுகள் கவனம் பெற்றுள்ளன. சூத்திரர் அல்லாதார் ஆதி திராவிடர் என்று தனி வரையறை செய்யப்பட்டுள்ளனர். மேல்தட்டுச் சூத்திரச் சாதிகளின் பெயர்கள் வெகு இயல்பாக முதலியார், ரெட்டியார், பிள்ளை என்று குறிப்பிடப்படுகின்றன. இந்த மேல் தட்டை நோக்கி நகர்ந்து கொண்டிருந்த தேவர், நாயுடு போன்ற சாதிப்பெயர்களும் குறிக்கப்படுகின்றன. ஆனால் அடித்தட்டுச் சூத்திரச் சாதிகளின் பெயர்கள்

மறைக்கப்படுகின்றன. இதே நிலைதான் தலித் சாதிப் பெயர்களுக்கும். இப்பெயர்களை மறைத்துச் சேரியில் வாழ்பவர்கள், உழத்தியர், ஆதிதிராவிடர், ஏழையர், மில்தொழிலாளி, என்று இவர்கள் சுட்டப் படுகிறார்கள். அல்லது வேலப்பன், கந்தன், மறவன், சுந்தரன், சொக்கன், பொன்னி, தங்கம், பொன்னன், செல்வி, பழனியாண்டி, வேலாயுதம், ரத்தினமுத்து, வடிவேலன், இருளப்பன் என்று சைவம், தமிழ்க் கடவுள் முருகன், தனித்தமிழ், மதச்சார்பு இல்லாத பெயர்களைத் திராவிட இலக்கியத்தில் காணலாம்.

இதற்கான காரணம் என்ன? பார்ப்பன ஆதிக்கத்தை எதிர்த்த குரல்கள் பன்முகத்தன்மை வாய்ந்தவையாக இருந்தன. பார்ப்பனரைப் போலன்றி, பார்ப்பனரல்லாதார் குரல் ஒருமித்ததாக இல்லை. ஏனெனில் பார்ப்பனர் அல்லாதார், வேளாளச் சாதிகள், முன்னேறிய பிற்பட்ட சாதிகள், தலித் சாதிகள் என்ற வரிசையில் ஒன்றின் கீழ் ஒன்றாக அடுக்கப்பட்டிருந்தன. இந்தப் பன்முகப்பட்ட அடுக்குமுறை பார்ப்பனச் சிறுபான்மைக் குழுவிற்கு பலத்தையும், பார்ப்பனரல்லாப் பெரும்பான்மைக்கு பலவீனத்தையும் தருகின்றன. பெரும்பான்மை இங்குச் சிறுபான்மைகளின் கலவையாக உள்ளது. வேளாளச் சாதியினர் சைவமதம், தமிழ்ப் பெருமை பற்றிப் பேசினார்கள். சில வேளாளரும் பெரும்பாலான பிற்பட்ட சாதியாரும் பெரியாரின் தலைமையில் திராவிடம், சுயமரியாதை, நாத்திகம், பகுத்தறிவு, சூத்திரர் விடுதலை பற்றிப் பேசினார்கள்; தமிழ்ப்பெருமை பற்றியும் பேசினார்கள். இவர்களோடு கூடப் படித்த பறையர் சிலர் ஆதிதிராவிடர் என்ற பெயரில் தீண்டாதார் விடுதலை குறித்துப் பேசினார்கள்.

இப்படிப்பட்ட பன்முகப் பேச்சுகளால் உணர்ச்சிகரமான ஒருமைப்பாட்டை உண்டாக்க முடிந்ததே தவிர, பார்ப்பனர்க்குக் கீழ்வரிசையில் இயங்கிய நானாவிதச் சாதிகளின் வேறுபாடுகளைக் களைந்து, ஒரு பெரும்பான்மைச் சக்தியை உருவாக்கப் போதுமானதாக இல்லை. சாதி ஒழிப்பு ஒன்றுதான் இதற்குப் போதுமானதாக இருக்கும். ஆனால் சாதி வித்தியாசங்களைப் பேணிக் கொண்டு, இந்த வித்தியாசங் களுக்குக் கண்ணை மூடிக் கொள்ளும் ஒருவித பூனைச் சித்தாந்தம்தான் நிலவியது. இதற்கான உணர்ச்சிகரமான கவசங்களைத் தமிழ், தமிழினம், சூத்திரன், சுயமரியாதைக்காரன், பாட்டாளி, ஏழை, திராவிடன், ஆதிதிராவிடன் ஆகிய புனைவுகள் வழங்கின.

சாதி அமைப்பை ஒழிக்க முயலாமல், சாதி வேறுபாடுகளையும், முரண் பாடுகளையும் தமிழன், சூத்திரன், திராவிடன், ஆதிதிராவிடன் ஆகிய புனைவுகளால் மூடிமறைக்க முயன்றதால் இன்று வரைக்கும் பார்ப்பனச் சிறுபான்மைச் சாதியின் ஆதிக்கத்தை அசைக்க முடியாமல் போயுள்ளது.

மேலும் திராவிட இயக்கம் அரசியல் அதிகாரத்தைக் கைப்பற்றிய பின்னர் கடந்த இருபத்தெட்டு ஆண்டுகளில், வேளாளச் சாதியினர் கணிசமான அதிகாரத்தைப் பெற்றுள்ளார்கள். முன்னேறிய பிற்பட்ட சாதியினரும், சற்று வசதிபடைத்த பிற்பட்ட சாதியினரும் (இடைநிலைச் சாதிகள்) அரசியல், உயர்கல்வி, பொருளாதாரம், உயர் உத்தியோகம், நிர்வாகம், போலீஸ் முதலான துறைகளில் கணிசமாக இடம்பிடித்துள்ளார்கள். இதர இந்திய மாநிலங்களோடு ஒப்பிடும் போது இது பொதுவாக மகிழத்தக்க சமூக மாற்றம் என்பதில் ஐயமில்லை. ஆனால் அதேசமயம் இந்தச் சமூக மாற்றத்தின் பலன்களைப் பெறுவதற்குத் தலித்துகள் முனைகிறபோதெல்லாம் இந்த முன்னேறிய இடைநிலைச் சாதியினர், பார்ப்பன - வேளாளரை விட மிகக் கொடூரமாகத் தலித்துகளைத் தாக்கி அழிப்பதும் தொடர்ந்து நடந்து கொண்டிருக்கிறது!

திராவிட இயக்கத்தால் பலனைடைந்தவர்கள் தலித்துகளை மட்டும் நிரந்தரமான அடிமைச் சாதியினராக வைத்துக் கொள்ளுவதில் பார்ப்பன வேளாளரையும் விஞ்சி நிற்கிறார்கள். இந்த விதத்தில் திராவிட இயக்கம் தலித்துகளுக்கு மிகுந்த ஏமாற்றத்தையே தந்துள்ளது. தலித் விடுதலைக்கு எனத் தனித்த இயக்கத்தின் அவசியத்தை ஏற்படுத்தியுள்ளது.

பார்ப்பனச் சாதியை எதிரியாக நிறுத்துவதைவிட வைதீகம், இந்துத்துவம், வருணாசிரமம், தீண்டாமை, ஆணாதிக்கம், ஆகியவற்றை அமலாக்கிக் கொண்டிருக்கிற சாதி முறையையே எதிரியாக நிறுத்த வேண்டும். தமக்கு மேல்நிலையிலுள்ள சாதியை அதன் ஆதிக்கத்தை அகற்ற முனையும் சாதியினர், தமக்குக் கீழ்நிலையிலுள்ள சாதிகளோடு சமத்துவமான உறவைக் கொண்டாட வேண்டும். (இதென்ன நடக்கிற காரியமா?) சாதி என்பதைத் தவிர வேறுவித வித்தியாசங்கள் கொண்ட ஒரு சமுதாயமாக ஆக வேண்டும். (இது கேட்பதற்கு நன்றாகத்தான் இருக்கிறது). இந்த வித்தியாசங்கள், ஏற்றத் தாழ்வான மதிப்பீடுகளைப் பெற்று விடாதவாறு பார்த்துக் கொள்ள வேண்டும். (நல்ல கற்பனைதான்). அப்புறம் பார்ப்பனச் சாதி என்று ஒன்று இருக்கச் சாத்தியமற்றுப் போகும். தனித்தனிச் சிறுபான்மைகளாக ஏராளமான சாதிகள் உட்பூசலிட்டுக் கொண்டிருக்கிற வரை ஒரு சிறுபான்மைப் பார்ப்பனச் சாதி அதிகாரத்தில் இருந்தபடிதான் இருக்கும். பார்ப்பனச் சாதி என்றில்லை, உடைமையும் அரச அதிகாரமும் பெறுகிற எந்தச் சாதிக் குழுவும், பார்ப்பனச் சாதிபோல வல்லாண்மை செலுத்தவே முனையும். அப்போது அது அசல் பார்ப்பனச் சாதியாகவே நடந்து கொள்ளும். பார்ப்பனரைக் கீழிறக்கிவிட்டு, பார்ப்பனியத்தைத் தழுவ முயல்கிறவர்கள் யாராயினும் சரி, பார்ப்பனரை விடவும் கொடுமைக் காரர்களாகத்தான் இருப்பார்கள். ஏன், இருக்கிறார்கள்.

3. திராவிட இயக்கத்தின் உலகப்பார்வை

பார்ப்பன ஆதிக்கத்தை இறக்குவதைக் குறி இலக்காகக் கொண்ட திராவிட இயக்கத்தின் உலகப் பார்வை, இதன் இலக்கியத்தில் மிக வெளிப்படையாகவே மொழியப்பட்டுள்ளது. இப்பார்வையில் நாத்திகத்தை உட்கொண்ட பகுத்தறிவு நோக்கும், கற்பனாவாத சோசலிச நோக்கும் கலந்துள்ளன. **அண்ணா**, கொலம்பஸின் தனிமனித சாகசத்தைப் போற்றுவதிலும், **பாரதிதாசன்** ஜார் காலத்து ரஸ்புடீனைத் தூற்றுவதிலும் இந்த உலகப் பார்வையை இனங் காணலாம். பூர்ஷ்வாவின் தனிமனித சாகசம், சுதந்திரம், முன்னேற்றம், பொருள் சார்ந்த கருத்தியல் ஆகியவற்றுக்கு கொலம்பஸ் ஒரு பிரதிநிதிபோல் காணப்படுகிறான். தமிழ்ச் சூழலில், இவன், தமிழர் - திராவிடர் - சூத்திரர் என்போரின் குறியீடு போலப் படைக்கப் பட்டிருக்கிறான். ரஸ்புடீன் என்ற போலிப் புரோகிதன் பார்ப்பனப் புரோகித அதிகாரத்தின் குறியீடாகப் படைக்கப்பட்டிருக் கிறான். ஆரியன், பார்ப்பனன், வைதீகம், சனாதனம், முதலாளி, பணக்காரன் முதலானவர்களின் குணாதிசயம் ரஸ்புடீன் வடிவில் குவிக்கப்பட்டுள்ளன.

பாரதிதாசனின் 'பகுத்தறிவுத் தடை' என்ற கதை முடிவு கட்டுரையாக நீளுகிறது. "இந்திய மக்கள் பஞ்சபூதங்களின் தத்துவத்தை உட்புகுந்து ஆராய அவர்கள் கருத்தைச் செலுத்த முயன்றதேயில்லை. பஞ்சபூதங்களுக்குத் தொண்டர் ஆனார்கள்... ஆனால் தந்தி, தபால், புகைவண்டி, தூரதரிசனம் ஆகிய இன்றைய அபூர்வ - வாழ்க்கை விநோதங்கள் அனைத்தும் பஞ்ச பூதங்களின் உள்ளும் புறமும் ஆராய்ந்து அவைகளை **அடிமையாக்கியவர்களால் ஏற்பட்டவை**" என்று **பாரதிதாசன்** எழுதியதில் அறிவியலின் சாதனைகளைப் பாராட்டி வரவேற்கிற குரலுக்குள்ளேயே இயற்கையை, பொருளை அடிமை கொண்டு ஆதாயம் - இலாபம் அடையும் பூர்ஷ்வாவின் நாத்திகப் பார்வையும் பம்மிக் கொண்டிருப்பதை அவதானிக்கலாம். கடவுளைக் காலி செய்துவிட்ட இடத்தில் மனிதனை இருத்தாமல் பொருளை, உடைமையை நிறுத்தியுள்ள நிலையை இதில் காணலாம். இவ்விதமான பார்வை, மேற்கில் நிலப்பிரபுத்துவத்தை வீழ்த்திய பூர்ஷ்வாவின் உலகப்பார்வையாக இருந்ததை நினைவிற் கொள்ள வேண்டும். இதுவே திராவிட இயக்கப் பார்வையாகவும் இருக்கிறது. பார்ப்பன வைதீக ஆதிக்கத்தை வீழ்த்த இது திராவிட இயக்கத்திற்கு வலிமையைத் தந்துள்ளது. இதன் பின்னணியில்தான் ஆங்கில மொழியை, அதன் வழியே பெறக்கூடிய அறிவியல் அறிவைத் திராவிட இயக்கத்தார்கள் ஆதரித்தமையை நோக்க வேண்டும். **பெரியார்**, ஒரு சந்தர்ப்பத்தில் தமிழர்கள் எல்லோரும் ஆங்கிலத்தைத் தாய்மொழியாக ஏற்கச் சொன்னதும் இதனால்தான்.

நாத்திகம் சார்ந்த பகுத்தறிவு நோக்கும், கற்பனாவாத சோசலிசப் பார்வையும் முறையே வேளாளர், முன்னேறிய பிற்பட்ட சாதியார்க்கும், மற்றும், பொருளாதார ரீதியில் பிற்படுத்தப்பட்ட சாதியார்க்கும் சாதகமானவையாக இணைக்கப்பட்டன. பார்ப்பனரின் ஆதிக்கத்தைக் கேள்விக்கு உள்ளாக்கியபடியே சிறிய, பெரிய முதலாளிகளாக ஆகிக் கொண்டிருந்த வேளாளச் சாதித் தலைமையானது, தனக்குக் கீழிருந்த உழைப்புச் சாதிகளைத் தனக்குச் சாதகமாக அணி திரட்டுவதற்குரிய கருவியாகக் கற்பனாவாத சோசலிசத்தை இணைத்துக் கொண்டது. திராவிட இலக்கியங்களில் பல சந்தர்ப்பங்களில் பார்ப்பன முதலாளிகள் மிகமிக அரிதாகவே எதிராளிகளாகப் படைக்கப் பட்டுள்ளாகள்.

பார்ப்பனரல்லாச் சாதிகளின் உள்முரண்பாடுகளைப் பூசி மெழுவதற்காகவே பல புனைவுகளை உருவாக்கியது போல, கற்பனாவாத சோசலிசப் பார்வையும் புனைந்து கொண்டமை தெரிகிறது. அரச அதிகாரத்தைக் கைப்பற்றிய பிறகு, ஆத்திகம், நாத்திகம், முதலாளி, தொழிலாளி ஆகிய முரண்களில் ஒரு சார்பு நிலையை விடுத்து நடுநிலை வகிக்கத் தொடங்கியதிலிருந்து திராவிட இயக்கத்தின் வேளாள, முன்னேறிய பிற்பட்ட சாதித் தலைமைகளின் உண்மை நோக்கம் எது என்பது தெரிந்துவிட்டது.

- 3-9-1995.

(இக்கட்டுரை, ஏப்ரல், 1994-ல் பெங்களூர் நண்பர்கள் - காவ்யா ஓசூரில் ஏற்பாடு செய்திருந்த திராவிட இலக்கியம் பற்றிய கருத்தரங்கில் வாசிப்பதற்காக எழுதப்பட்டது. தற்போது, இது 'நிறப்பிரிகை' பத்திரிகைக்காகச் சற்றுத் திருத்தம் செய்து எழுதப்பட்டுள்ளது - ராஜ் கௌதமன்).

* * *